तुम्ही... जन्मसिद्ध जेते!

यशस्वी, उद्यमशील आणि विकसित भारताच्या स्वप्नपूर्तीसाठी शिका
नवनिर्माणात्मक २४ जीवन कौशल्ये

नवनिर्माण, यश आणि निष्कर्षाभिमुखता

नवीन के. चौधरी

ISBN 979-8-88849-602-2

माझ्या प्रियजनांना अर्पण...

आई श्रीमती अहिल्यादेवी
पिता श्री. इंद्रबहादुर चौधरी
आणि
समस्त गुरूजन

अनुक्रमणिका

इशारा

लेखकाच्या लेखी परवानगीशिवाय याप्रका शनाचाकोणताही भागकोणत्या हीस्वरूपातकिंवा मेकॅनिकल वा इलेक्ट्रॉनिक मार्गाने, छायाचित्रण आणि ध्वनिमुद्रण यांसह, पुनःप्रकाशित वा प्रसारित केला जाऊ शकत नाही. तसेच कोणत्याही माहिती संग्रहात अथवा पुनःप्राप्ती प्रणालीत ते समाविष्ट केले जाऊ शकत नाही.

दायित्व मर्यादा/हमी इशारा: या पुस्तकाची निर्मिती करत असताना प्रकाशक आणि लेखक यांनी सर्वोत्तम प्रयत्न केले असले तरी या पुस्तकातील मजकुराची अचूकता आणि परिपूर्णता यांबद्दल ते कोणत्याही प्रकारची हमी देत नाहीत आणि विशिष्ट हेतूसाठी व्यापारक्षमता किंवा संबंधित उद्दिष्टासाठी ते योग्य आहे, याचीही हमी देत नाहीत. विक्री प्रतिनिधी वा लेखी विक्री सामग्री यांपैकी कोणाकडूनही कोणत्याही प्रकारच्या हमीची निर्मिती केली जाणार नाही वा हमीची मुदत वाढवली जाणार नाही. या प्रकाशनात दिलेला सल्ला आणि त्यात समाविष्ट असलेली धोरणे कदाचित तुमच्यासाठी सुयोग्य नसतील. योग्य असेल तेव्हा तुम्ही व्यावसायिकाचा सल्ला घेऊ शकता. कोणत्याही प्रकारची लाभ हानी किंवा इतर कोणत्याही प्रकारचे व्यावसायिक नुकसान, ज्यात विशेष, प्रासंगिक, परिणामकारक वा इतर प्रकारचे नुकसान यांचा समावेश आहे, त्यासाठी प्रकाशक किंवा लेखक जबाबदार राहणार नाही.

या पुस्तकाचा वापर कसा कराल...

आपले व्यक्तिमत्व आकर्षक असावे, अशी प्रत्येकाची इच्छा असते. या पुस्तकामुळे ही इच्छा पूर्ण होऊ शकते. तसेच या पुस्तकामुळे आपल्या उत्पादकतेमध्ये उल्लेखनीय वाढ झाली आहे, याचाही प्रत्यय तुम्हाला येईल. या पुस्तकाचा सर्वोत्तम वापर करण्यासाठी खाली दिलेल्या पद्धतींचा अवलंब केला जाऊ शकतो.

१. आपले उद्दिष्ट काय आहे, हे लक्षात घेऊन दिवसाच्या प्रारंभी किंवा दिवस अखेरीस या पुस्तकाचे कोणतेही प्रकरण उघडा.

२. ते प्रकरण मनापासून वाचून काढा आणि त्या प्रकरणाखाली दिलेल्या ३-४ प्रश्नांची उत्तरे पेन्सिलीने लिहून काढा.

३. उत्तरे लिहिल्यानंतर पुढील २४ तास त्या उत्तरांनुरूप आपला दिनक्रम राबवा. या प्रकरणाचा व्हिडीओ यूट्यूबवरनवीन चौधरी यांचे"you are born winner" www.hrscore.in/academic.aspx यावर पाहा.

४. कुटुंबातील इतर सदस्यांबरोबर बसून आठवड्यातून एकदा तरी या पुस्तकाचे वाचन करावे. पुस्तक वाचून झाल्यावर सर्व सदस्यांनी त्यातून आपण काय बोध घेतला, यावर चर्चा करून आपापली मते मांडावी.

५. कॉर्पोरेट कंपन्या, संस्था, संघटना यांनी आपापली लक्ष्ये केंद्रीभूत ठेवून दर महिन्याच्या आढावा बैठकीसाठीही या पुस्तकाचा वापर केला जाऊ शकतो.

६. एकात्मता, संघ प्रेरणा आणि नेतृत्व या तीन मुद्द्यांवर उत्पादकता आधारलेली आहे. हे तीन गुण पुस्तकाच्या अखेरीस देण्यात आलेल्या ३०

प्रश्नांच्या आधारे स्वतःचे मूल्यमापन करून www.hrscore.in यांच्या मदतीने त्यांची गुण/श्रेणीमिळू शकतात.

७. स्वतःच्या तसेच कर्मचा-यांच्या मूल्यमापनासाठी संस्था उपरोल्लेखित संकेतस्थळ आणि पुस्तकातील ३० प्रश्न यांचा उपयोग करू शकतात.

८. विद्यार्थ्यांना स्वतःची योग्यता तसेच नोकरीच्या पूर्वतयारीची क्षमता पाहण्यासाठी आणि आपण नवउद्योग सुरू करण्यासाठी सक्षम आहोत का, याची तपासणी करण्यासाठी या पुस्तकाचा उपयोग होऊ शकतो.

९. शिक्षकवृंद आपली गुणवत्ता वाढविण्यासाठी या पुस्तकाची तसेच www.hrscore.inया संकेतस्थळाची मदत घेऊ शकतात.

प्रस्तावना

आपण आपल्या जीवनात "माझे यश" किंवा "माझा विजय" असे अभिमानाने संबोधतो परंतु हे खरेच असते का, यश-विजय वगैरे? परीक्षेत चांगले गुण, चांगली नोकरी, नोकरीत बढती, गाडी, बंगला हे सर्व आपल्याला मिळाले म्हणजे आपण जिंकलो, जीवनात यशस्वी ठरलो, असा त्याचा अर्थ होतो का?**समजा यापैकी आपल्याकडे काहीच नाही, तर मग आपण जीवनात अपयशी ठरलो, असा त्याचा अर्थ घ्यायचा का**? नाही, मुळीच नाही. आपण आपल्या जन्मापासूनच विजेते आहोत. आपण त्या लाखो शुक्राणूंच्या स्पर्धेत अव्वल येऊन मातेच्या गर्भात प्रवेश मिळवत जन्म घेण्यात यशस्वी ठरलो. तर मग अशा जन्मजात विजेत्याला हरलेला कसे संबोधायचे?

आपल्याला जगाला काही सिद्ध करून दाखवायचे नाहीय. आपण आपले जीवन कसे आनंदी आणि सुखकर करायचे आणि आपल्याबरोबरच आपल्या आसपासच्या लोकांच्या जीवनात आनंद कसा आणायचा, यासाठी प्रयत्न करूनआपण हे सर्व करू शकतो हे अधोरेखित करून दाखवायचे आहे.

वरील उद्दिष्ट साध्य करायचे असेल तर आपल्याला केवळ आपल्या बालपणीच्या सवयींची आपल्यात पुनर्स्थापना करावी लागणार आहे. या पुस्तकात वर्णन करण्यात आलेल्या २४ सूत्रांच्या मदतीने आपण त्या सवयी पुन्हा आपल्याकडे खेचून आणणार आहोत. लहानपणातील त्या अंगभूत गुणांच्या मदतीने आपण कोणतीही स्पर्धा, देश वा जगातील कोणत्याही परिस्थितीवर सहज विजय मिळवू शकणार आहोत.

त्यासाठी आपल्याला लेखकाच्या जीवनावर एक नजर टाकणे उपयुक्त ठरणार आहे. लेखक स्वतः आयआयटी (आयएसएम) अभियंता असून त्यांनी

टाटा आणि लाफार्ज यांसारख्या नामांकित कंपन्यांमध्ये काम केले आहे. आपल्या नोकरीच्या काळात लेखकाला जाणवले की, ज्या देशातील ९९ टक्के जनता पराभूत मनोवृत्तीचे जीवन जगत आहे, अशा देशात स्वतःला विजेता म्हणवून घेणे कृतघ्नपणाचे ठरेल.

त्यातूनच प्रेरित होऊन लेखकाने आपल्या नोकरीला रामराम ठोकला आणि ९९ टक्के पराभूत मनोवृत्तीने जीवन जगणा-यांच्या जीवनात जन्मजात विजेतेपण आणण्याच्या कार्यात लेखकाने स्वतःला अक्षरशः झोकून दिले. जन्मजात विजेतेपणाची सूत्रे काय असतील, याचा शोध घ्यायला लेखकाने सुरुवात केली.

त्याच सूत्रांची मांडणी या पुस्तकाच्या माध्यमातून आपल्यासमोर आणताना मनस्वी आनंद होत असून आंतरिक समाधान वाटत आहे. देवाकडे एकच मागणे आहे की, माझ्या देशबांधवांनी मोठ्या संख्येने या पुस्तकाचे वाचन करावे आणि आपल्या देशाला एक महान आणि विकसित राष्ट्र बनवावे.

हे पुस्तक माझ्या YOU ARE A BORN WINNER यापुस्तकाच्या 'जन्मजात विजेता' या हिंदी पुस्तकाचेअनुवादित रूप आहे. ज्यांना इंग्रजी वा राष्ट्रभाषा हिंदी वाचण्यात वा समजण्यात अडचणी येतात त्यांना मराठीतून या पुस्तकातील २४ सूत्रांची ओळख व्हावी आणि त्यांचा विकास होऊन देशाच्या विकासात त्यांनी योगदान द्यावे, हीच प्रामाणिक इच्छा.

नवीन चौधरी

लेखक.

आभार प्रदर्शन

सर्वप्रथम मी माझ्या जीवनात आलेल्या सर्व शिक्षकांचा, प्राध्यापकांचा मनःपूर्वक आभारी आहे. ज्यांनी मला रेकीची ओळख करून दिली ते टाटा सिमेंटचे मुख्य विपणन अधिकारी श्री. कबीर सेठ, कोलकात्याच्या सौ. पारुल दत्ता आणि वर्तनशास्त्राचे जाणकार आणि कॉर्पोरिट ट्रेनर मुंबईचे डॉ. सी. पी. गिरिशंकर या सर्वांचा मी आभारी आहे. डॉ. गिरिशंकर यांनी मला एका महत्त्वाच्या शिक्षणाची ओळख करून दिली ज्या ठिकाणी मला आरपार बदलण्याचे - परिवर्तनाचे - रीतसर प्रशिक्षण मिळाले. मी लॅण्डमार्क एज्युकेशनचाही खूप आभारी आहे.

मी माझ्या त्या हजारो विद्यार्थी, अधिकारी, कॉर्पोरिट विक्री क्षेत्रातील अधिकारी आणि कर्मचा-यांचाही सदैव आभारी राहील ज्यांना मी ''मोठी स्वप्नं पाहून त्यांची पूर्तता कशी करावी'', याचे धडे देताना या प्रक्रियेदरम्यान हाती आलेल्या महत्त्वाच्या गुणविशेषांना ओळखून त्यांची अंमलबजावणी कशी करावी, याचे प्रशिक्षण दिले.

व्यवस्थापन क्षेत्रात पाश्चात्य देशांत ज्यांची नावे आदराने घेतली जातात अशा स्टिफन कोवे, टॉम पीटर्स आणि फिलिप कोल्टर अशा प्रभृतींचाही मी आभारी आहे. व्यवस्थापनातील ही तज्ज्ञ मंडळी गेल्या १५ वर्षांत जेव्हा जेव्हा भारतात आली तेव्हा तेव्हा त्यांना मी व्यक्तिशः भेटू शकलो आणि त्यांच्याकडून प्रशिक्षणही घेऊ शकलो.

मथुरेतील रामाश्रम सत्संग आणि रांचीतील योगदा सत्संग ही दोन्ही ठिकाणे मला आध्यात्मिक पातळीवर सर्वांत वंदनीय आहेत. आध्यात्मिकता

आणि यशसंपादन या बाबतीत या संस्था अगदी आदर्शवत आहेत. अगदी कोणीही त्यांच्याकडून मार्गदर्शन घेऊ शकतो.

प्रत्येक समर्पित व्यक्तीला समृद्ध आणि सक्षम करण्याच्या माझ्या जीवनाच्या उद्दिष्टपूर्तीत मला सातत्याने प्रोत्साहन देणा-या ज्ञात आणि अज्ञात अशा सर्व शिक्षक, तज्ज्ञ आणि मार्गदर्शकांचाही मी मनःपूर्वक आभारी आहे.

या पुस्तकाचे टंकलेखन करणा-या रिता लाड आणि अगदी अल्पावधीतच पुस्तक प्रकाशित करणा-या Notionpress.com यांचाही मी आभारी आहे.

पुस्तकाच्या हिंदी अनुवादासाठी श्री. दिनेश साधजी आणि मराठी अनुवादासाठी श्री. विनय उपासनीजी यांचाही मी आभारी आहे.

पुस्तकाचे मुद्रितशोधन करणारे आणि अत्यंत मृदूभाषी व्यक्तिमत्व असलेले श्री. अंकित त्रिवेदी यांचे आभार मानायला माझ्याकडे शब्द नाहीत.

अमूल्य मार्गदर्शनाबद्दल अरुणा राजे (लेखिका, चित्रपट निर्मात्या आणि परिवर्तनवादी मार्गदर्शक) यांचाही मी अत्यंत आभारी आहे.

माझ्या हस्तलिखितांचे, बाल्यावस्थेतील पुस्तकाचे सर्वप्रथम वाचन करून त्यासंदर्भात उपयुक्त मार्गदर्शन करणा-या सिद्धांत आणि अगस्त्य या माझ्या दोन्ही मुलांचाही मी आभारी आहे.

माझे माता-पिता, बंधू-भगिनी आणि पत्नी जयंती यांचा माझ्यावर प्रचंड प्रभाव आहे. या पुस्तकासाठी मला प्रत्यक्ष -अप्रत्यक्षपणे मदत करणा-या सर्वांचाही मी आभारी आहे. हे पुस्तक नक्कीच प्रत्ये भारतीयाला आणि वाचकाला एक अतिशय सशक्त आणि त्यायोगे निरोगी व विकसित बनवेल आणि त्यातून निश्चितच नवभारताची निर्मिती होऊ शकेल.

परिचय

आपण एवढे अद्वितीय आहोत की, सर्व विद्यांना वश करणा-या आपल्या मानवजातीला अजून तरी माणसाची निर्मिती करणारे यंत्र विकसित करता आलेले नाही. त्यामुळेच आपण स्वतःला बिनदिक्कतपणे ''जन्मजात विजेते'', असे म्हणू शकतो.

आपण लहान मुलांचे नीट निरीक्षण केले तर त्यांचे वर्तन कायमच विजयीवीरासारखे असल्याचे आपल्या लक्षात येईल. या लहानग्यांना ना कसली चिंता असते ना भीती, त्यांच्यावर कशाचेच ओझे नसते. त्यांच्या बाललीला एवढ्या निरागस असतात की त्यामुळे सर्वच जण त्यांच्याकडे आकृष्ट होतात. इच्छा झाली की, त्यांना दूध किंवा अन्न मिळते, कोणतेही प्रयत्न त्यांना त्यासाठी करावे लागत नाहीत. सगळे वेळच्या वेळी त्यांना प्राप्त होते. सर्वात महत्त्वाचे म्हणजे त्यांचे अंतःकरण निर्मळ असते. ते सहजपणे कोणालाही माफ करू शकतात. क्षणार्धात त्यांचा राग मावळतो आणि चेह-यावर हसू उमलते. एका क्षणाला रडतील तर पुढच्या क्षणाला हसतील. तुमच्या गळ्यात लडिवाळपणे हात टाकतील. ते एकाच वेळी आनंदाने उत्फुल्ल असतात, शांत असतात आणि मत्सर-चीड-द्वेष या भावना त्यांच्या गावीही नसतात. तेच खरोखरचे ''जन्मजात विजेते'' असतात.

बालपणी आपल्याकडेही हे सारे गुण होते परंतु काळाच्या ओघात आपण ते गमावून बसलो आहोत. या गुणांची पुनःप्राप्ती आपण करू शकतो का? होय, नक्कीच करू शकतो.

अगदी सहजपणे आपण हे करू शकतो. फक्त या पुस्तकात दिलेल्या गुणविशेषांचे तुम्हाला पालन करावे लागेल... बस्स!

बरं, जन्मजात विजेत्याच्या सर्व गुणवत्ता आपण पुन्हा प्राप्त केल्या आहेत, हे आपल्याला कसे समजेल? अगदी सोप्पंय. चला आपण तपासून पाहू या. दोन गोष्टी आपण विचारात घेऊ या. प्रथमतः आपण आपल्या आयुष्यातील वैयक्तिक उद्दिष्टाचा विचार करू. त्यात कोणाची घरात शांतता नांदावी ही इच्छा असू शकेल किंवा तत्सम महत्त्वाची उद्दिष्टे असू शकतील (या ठिकाणी स्वतःशी प्रामाणिक राहा). दुसरी गोष्ट म्हणजे **भारताला 2027 पर्यंत विकसित देश म्हणून पाहायचे** सार्वत्रिक आणि पूज्यनीय उद्दिष्ट आखलेले असू शकते. या उद्दिष्टांची पूर्तता झाली तर बहुसंख्य भारतीयांनी त्यांच्या जन्मजात जेत्याचे गुण पुनःप्राप्त केले आहेत, असा निष्कर्ष आपल्याला काढता येईल. कारण सर्व किंवा बहुसंख्य भारतीय विजेते झाले तरच या उद्दिष्टाची पूर्तता करता येणार आहे.

या पुस्तकात एकूण ४ भाग आहेत. **पहिल्या भागात** "नवनिर्माणा" वर चर्चा आहे. आपल्या शिक्षण पद्धतीमध्ये मुख्यत्वे करून माहितीपूर्ण शिक्षणावर भर दिला जातो. नवनिर्माणशील शिक्षणाचा अभाव आपल्या शिक्षण पद्धतीमध्ये आहे. त्यामुळे आपली शिक्षण पद्धती ना धड व्यावहारिक ना धड निष्कर्षाभिमुख अशी आहे. नवनिर्माणशीलतेच्या अभावी आपल्याकडच्या बहुसंख्य विद्यार्थ्यांना समग्र/सर्वसमावेशकशिक्षणासाठी परदेश गाठावा लागतो. आपल्याकडची बौद्धिक संपदा परदेशात गेल्याने आपले अब्जावधी डॉलरचे नुकसान होते. भारतीय शिक्षण संस्थांनी याबाबत गांभीर्याने विचार करून आपल्याकडच्या माहितीपूर्ण शिक्षण पद्धतीबरोबरच नवनिर्माणशील शिक्षण पद्धतीचा अवलंब केला तर आपोआपच आपल्याकडील शिक्षण संस्थांचा शैक्षणिक दर्जा उंचावेल. जगातील सर्वोच्च १० विद्यापीठांमध्ये आपल्याही विद्यापीठाचे नाव हवे, असे स्वप्न आपल्याकडील विद्यापीठे पाहू शकतील. नववी, अकरावी, कनिष्ठ महाविद्यालय, अभियांत्रिकी, वैद्यकीय आणि व्यवस्थापन महाविद्यालयांमध्ये पाठ्यपुस्तक म्हणून या पुस्तकाचा वापर केला जाऊ शकतो. कॉर्पोरेट वा सरकारी क्षेत्रातील नवोदितांसाठीही या पुस्तकाचा परीक्षा मार्गदर्शक म्हणून वापर करता

येऊ शकेल. त्यामुळे वर उल्लेखलेल्या क्षेत्रात नव्याने भरती झालेल्यांच्या प्रशिक्षणावरील खर्चात बचत होऊ शकेल. तसेच नवोदितांनाही नव्या नोकरीतील कौशल्ये लगेचच आत्मसात करता येऊ शकतील. भारतीयांनी ही गुणवैशिष्ट्ये आत्मसात केली तर आपल्या उत्पादन पातळीत कैकपटींनी वाढ होईल. त्यामुळे परिवर्तनाची मोठी गुणवैशिष्ट्ये या भागात देण्यात आली आहेत.

पुस्तकाचा **दुसरा भाग** "यशसंपादन" या विषयाला वाहिलेला आहे. यशस्वी होण्यासाठी उद्दिष्ट ठरवणे, त्याच्या पूर्तता करणे या दोन गोष्टींबरोबरच संपूर्ण समर्पित भावनाही गरजेची आहे.

पुस्तकातील **तिसरा भाग** तुमच्या अंगभूत सवयी आणि जीवनाकडे पाहण्याचा दृष्टिकोन यांवर आधारलेला आहे. सकारात्मक दृष्टिकोन बिंबवला तर त्यातून मिळणारे समाधान अवर्णनीय असते.

आणि अखेरच्या म्हणजेच पुस्तकाच्या **चौथ्या भागात** 2027 मध्ये भारताला विकसित राष्ट्र म्हणून पाहायचे असेल तर त्यासाठी काय करावे लागेल, याचा आराखडा या भागात देण्यात आलेला आहे. या पुस्तकात देण्यात आलेल्या ज्ञानाची अंमलबजावणी करतेवेळी सर्व भारतीयांना त्यांची परिणामकारकता तपासण्यासाठी हा आराखडा उपयुक्त ठरेल. तसेच आराखड्याचे अंतिम ध्येय साध्य करण्याचा मार्गावर असताना त्याचा आनंद साजरा करण्याची संधीही प्राप्त होणार आहे.

या पुस्तकाचा सर्वोत्तम वापर करून घ्यायचा असेल तर मी वाचकांना एकच सल्ला देईन की, त्यांनी पुस्तक वाचताना त्यांच्या हातात पेन वा पेन्सिल ठेवावी आणि प्रत्येक प्रकरणाच्या खाली देण्यात आलेल्या प्रश्नांची उत्तरे लिहावीत. वाचत असतानाच काम करण्यामुळे वाचकाचे शक्तिमान, मुक्त, स्वव्यक्त आणि शांत मनुष्यप्राण्यात परिवर्तन होईल. आपण ज्या नवभारताचे स्वप्न पाहात आहोत त्या आपल्या स्वप्नातील भारताच्या कोणत्याही नागरिकाची ही गुणवैशिष्ट्ये असतील. पुस्तकाच्या अखेरीस वाचकांना त्यांची प्रगतीही तपासून घेता येईल. आपले आपणच कसे मूल्यमापन करायचे, याचे गणित देण्यात आले आहे. याचा शिक्षक, नेतागण आणि प्रमुखांना स्व-मूल्यमापनाबरोबरच आपल्या गटातील सदस्यांचेही

मूल्यमापन करण्यासाठी उपयोग होईल. अनेक संस्था आणि संघटना त्यांचे कर्मचारी, नेते आणि शिक्षक यांचे मूल्यमापन करून त्यांच्या बढती आणि पगारवाढीसाठी या मूल्यमापन पद्धतीचा वापर करू शकतात

पुस्तकाच्या अखेरीस ''स्वच्छ मनाच्या प्रसारा''साठी ७ आश्वासनांचा तसेच कार्यशाळांचा तपशील देण्यात आला आहे.

युवावर्ग हा या देशाचा कणा असल्याने पुस्तकातील बहुतांश प्रकरणांमध्ये या वर्गावर विशेष लक्ष देण्यात आले आहे. साधारणतः युवावर्ग परीक्षेत अधिकाधिक गुणांची कमाई करणे, आपल्या बलस्थानांचा विचार करून त्याविषयी अधिकाधिक माहिती मिळवणे, आपण कोणत्या क्षेत्रात आपली कारकीर्द घडवायची यावर विचार करणे इत्यादी गोष्टींमध्ये मग्न असतो. त्याचप्रमाणे एखाद्या उत्पादन कंपनीच्या विक्री विभागातील अधिकारी व कर्मचारी सातत्याने आपल्या उत्पादनाच्या उच्चांकी खपाची स्वप्ने पाहात असतात. आपल्या विद्यार्थ्यांमधील सर्वोत्तम गुणांची त्याच्याकडून अधिकाधिक पखरण कशी होईल याचा शिक्षकांनी विचार करावा तर नेत्यांनी प्रत्येकाला गुणवत्तापूर्ण जीवन जगता यावे यासाठी उत्तमोत्तम नेत्यांना घडवावे. येत्या १० वर्षांत या भूतलावरील किमान दहा कोटी लोकांना जरी या पुस्तकाने प्रभावित केले तरी या नितांतसुंदर अशा निळ्या धरतीला एक प्रगत आणि परिवर्तीत ग्रह होण्यापासून कोणीही रोखू शकणार नाही, याची खात्री आहे.

भाग १

नवनिर्माणाचे ४ सूत्र

"अस्तित्वाच्या औचित्यापेक्षाही जेव्हा श्रेष्ठतेसाठीचा शोध महान ठरतो त्यावेळी नवनिर्माण निश्चित घडून येते"

सूत्र १

नवनिर्माण आणि शक्यतांची परिभाषा

नवनिर्माणातूनअनेक नवनवीन संधींची, शक्यतांची निर्मिती होते. म्हणजे "काहीही शक्य आहे", असा विचार करून आपण जर एखाद्या संकटाला वा आव्हानाला सामोरे गेलो तर आपल्याला संधींच्या, शक्यतांच्या असंख्य वाटा गवसतील. आणि तोच असेल परिवर्तनाकडे वाटचाल करणारा राजमार्ग. त्यातूनच आपल्याला आपल्या जीवनाचा कायापालट करण्याची संधी प्राप्त होईल. या खुणावत असलेल्या संधी, शक्यता एखाद्या स्वप्नासारख्या नाहीत किंवा ते भविष्यही नाही तर आपल्याला आज अगदी आत्ता त्या बोलावत आहेत. त्यांना साध्य करण्याचे प्रयत्न आपण आता नाही केले तर परिवर्तनाची संधी आपल्या हातून निसटून जाण्याची भीती आहे. आपण जर या संधी साधण्यासाठी तत्पर असू तर आपण आपले जीवन नवनिर्माणशीलआहे, असे आपण म्हणू शकू. कल्पना करा की, १३८ कोटी भारतीय एकमुखाने "काहीही शक्य आहे", असा मंत्रघोष करत त्या दृष्टीने विश्वासाने वाटचाल करत आहेत, तर मग अत्यंत शांततेने, उत्साहाने आणि आनंदाने प्रगती साध्य करण्यासाठी आसुसलेल्या जगातील सर्व देशांसाठी आपला देश एक आदर्श ठरणार नाही का? मग प्रश्न उपस्थित होतो की, आपण या अशा संधी इथे आणि अगदी आत्ता या क्षणी कशा काय शोधू शकतो? याचंही उत्तर अगदी सोप्पंय. अशा संधी निर्माण करण्यासाठी आपल्याला केवळ **तीन** सवयींचा त्याग करावा लागणार आहे.

सगळ्यात **पहिली** सवय म्हणजे ढोंगीपणा. आपण भारतीय या गोष्टीत फार उस्ताद आहोत. आपण आतून दुःखी असलो तरी एकदम आनंदी असल्याचा मुखवटा घालून समाजात वावरत असतो. अर्थात यात काही चूक आहे, असे नाही. परंतु आपण आपल्या अंतरंगातील दुःखावर मात करून

अंतर्बाह्य आनंदी असायला हवे. आपण आपल्यातील कमीपणाच्या तसेच अपूर्णतेच्या भावनांना मनातून झटकून टाकायला हवे. आपण त्यात यशस्वी ठरलो तर त्यातून निर्माण होणा-या नव्या विचाराने आपल्याला निखळ आनंदाची अनुभूती मिळेल.

दुसरे म्हणजे आपणा सर्वांना (स्वतःशी) प्रामाणिक राहण्याचे आटोकाट प्रयत्न करावे लागणार आहेत. कारण या गोष्टीत आपण भारतीय नेहमीच कमी पडतो. उदाहरणार्थ, आपल्याकडे यश, प्रसिद्धी, पैसा हे सर्व काही असावे, असे स्वप्न आपल्यातील प्रत्येक जण आपण पाहतो. मात्र, हे स्वप्न प्रत्यक्षात उतरविण्यासाठी आपल्यापैकी किती जण प्रामाणिकपणे प्रयत्न करतात, हा संशोधनाचा विषय ठरेल. आपण लक्ष्यकेंद्रित तत्त्वांचा तसेच स्रोतांचा पूरेपूर वापर करत नाही आहोत. आपल्याला कसे अगदी कमीतकमी प्रयत्नांत अधिकाधिक हवे असते. त्यामुळे आपण आपल्या ध्येयपूर्तीसाठी आडमार्ग शोधू लागतो. अशा आडमार्गाने यशस्वी व्हायचे असेल तर मग त्यापाठोपाठ अप्रामाणिकपणा हा येणारच. त्यामुळे नव्या संधींचा शोध आणि ध्यास घ्यायचा असेल तर आपल्या आचार-विचार आणि कृती यांच्यात एकसंधता आणावी लागेल. आचार-विचार आणि कृती यांच्यातील सर्व भेद मिटवून टाकावे लागतील. एकदा का आपण प्रामाणिक बनलो की, संधी आपल्याकडे चालत येतील. नव्हे हा निसर्गनियमच आहे.

उदाहरणार्थ, समजा येत्या दोन वर्षांत म्हणजेच "2027 पर्यंत भारत एक विकसित राष्ट्र म्हणून उदयाला येईल काय"?, अशी विचारणा कोणी केली तर, "का नाही"?, असा प्रतिप्रश्न विचारण्याऐवजी अगदी सहजपणे, "तशी शक्यता तर दिसत नाही", असे उत्तर दिले जाते. हे उत्तर म्हणजे आपल्या अप्रामाणिकपणाचे प्रतिक असून आपण मुख्य मुद्द्यांचा सामना न करता केवळ मोठा विचार करत असल्याचे ढोंग करत आहोत, असेच त्यातून ध्वनित होते.

"छे छे, तसे होणे काही शक्य नाही", असेही उत्तर वरच्या प्रश्नासाठी पुढे येऊ शकते. आपण स्वतःला कमी लेखून बाहेरच्या देशांनी किती देदिप्यमान प्रगती केली आहे वगैरे स्तुतींनी भारावून गेलेले असतो. त्यामुळेच असे

उत्तर कोणाच्याही तोंडून निघू शकते. मात्र, आपण हेच जर बाह्यजगाकडे पाहण्याचे सोडून आपल्या अंतरंगात डोकावून पाहिले तर आपल्या अंगभूत शक्तीची जाणीव आपल्याला होईल आणि मग त्यातून विकासाच्या असंख्य संधी आपल्यासमोर उभ्या राहतील.

आपण पुन्हा एकदा मूळ मुद्द्याकडे वळू या. आपण अप्रामाणिक आहोत, असे मी का म्हणालो, यावर विचार करू या. याचे कारण आपण जो खरा विचार करतो त्याची अंमलबजावणी करत नाही. कारण सत्याचा सामना करायची आपल्यात हिंमत नाही आणि आपल्या क्षमतांची पुनर्स्थापना करण्याच्या बाबतीतही आपण उदासीन आहोत. यातूनच आपल्या विचार आणि कृती यांच्यात अंतर निर्माण होते.

आपण अनेकदा भूतकाळात रमत असतो. भूतकाळाला त्या काळातच राहू देणे आपल्याला जमत नाही, ही आपली **तिसरी** वाईट सवय आहे. आपण बराच काळ एकतर भूतकाळाच्या गुंत्यात तरी अडकून राहतो किंवा मग भविष्याची चिंता करत बसतो. भूतकाळातील गुंता आपल्या भविष्याला बाधा आणत असल्याने आपण विचारांनी खुजे बनतो. आपल्या भविष्यातील कल्पनाचित्राने आणि विचाराने व्यक्ती वर्तमानातच खूप प्रभावित होतो, हे आपण जाणतो. आपले भविष्य खूप उज्ज्वल आहे असे चित्र आपण डोळ्यांसमोर रेखाटले तर त्यातून आपल्या वर्तमानातील जगण्याला स्फूर्ती प्राप्त होते आणि आपण दुप्पट जोमाने कार्यरत होतो. म्हणजे समजा एखाद्या गर्भवती महिलेने आपल्या होणा-या बाळाचा हसरा चेहरा समोर आणत आनंदी भविष्याचा विचार केला तर तिला नजीकच्या काळात ज्या प्रसूतीवेदनांना सामोरे जावे लागणार आहे त्याचा तिला तेवढा त्रास जाणवणार नाही. म्हणूनच आपण नेहमीच आपल्या उज्ज्वल भवितव्याचा विचार करत राहायला हवे जेणेकरून वर्तमानात आनंदी राहण्याची ऊर्जा आपल्याला प्राप्त होऊ शकेल.

2017 च्या ऑगस्ट महिन्यात जेव्हा डोकलाम क्षेत्रात भारत आणि चीन यांच्यात तणाव निर्माण झाला होता तेव्हा भारताने याच तत्त्वाचा अंगीकार केला होता आणि तणावाची अखेर आपल्या नैतिक विजयाने केली होती. अशा प्रकारेच भविष्यातून भूतकाळाचा गुंता काढून टाकत भूतकाळाला मागे

सारले तर त्यातून भविष्यासाठी एक निश्चित असा अवकाश प्राप्त होतो आणि मग त्या अवकाशात "आपल्याला सर्व काही शक्य होते".

संभाव्य गोष्टींच्या जगातील जीणे

उगवणारा प्रत्येक दिवस नवा असतो आणि पुढ्यात येणारा प्रत्येक क्षण नवा असतो, याची खूणगाठ पुन्हा एकदा मनाशी बांधू या. परंतु आपण आपल्या पूर्वानुभवाच्या आधारावर आखलेल्या आराखड्यांनुसार जीवन जगत असल्याने आपलले जीवनातील संभाव्य गोष्टींकडे लक्षच जात नाही. जीवनाचा खरा अर्थ उमगल्यानंतर आपण अशा संभाव्यतांचे जीवन जगू शकतो. वस्तुतः आपले जीवन एक प्रकारे मोठा कोराकरकरीत कॅनव्हासच असते. आणि अशा परिस्थितीत सर्व संभाव्य गोष्टी प्रत्यक्षात उतरत असतात. जीवन हे तसेही पाण्यासारखे असते. त्यात तुम्ही तुमच्या मनाप्रमाणे रंग भरा तसे ते रंगत जाते. तेव्हा जीवनात रंग भरून ते अधिकाधिक रंगीबेरंगी बनवा म्हणजे ते अर्थपूर्ण होईल.

अगदी अलीकडची घटना आहे. माझ्या एका व्यावसायिक मित्राकडून रोज निरुत्साहाने, उदासीनतेने भरलेले ई-मेल यायचे. हे प्रमाण एवढे वाढले की, मला ई-मेल तपासूच नये, असे वाटायला लागले. परंतु हे नकारात्मक विचार मी बाजूला सारत येणा-या ई-मेल कडे सकारात्मक दृष्टीने पाहू लागलो. प्रत्येक ई-मेल माझ्यासाठी काही तरी नवीन, चांगली बातमी घेऊन येईल आणि त्यातून चांगली संधी माझ्याकडे चालून येईल, असा विचार मी करू लागलो. म्हणजेच मी काय केले तर, सकारात्मक बनण्याची शक्यता मी माझ्यासाठी निर्माण केली. त्यातून मला तणावमुक्त राहून आनंदाच्या उजळत्या बाजूकडे पाहायचा आणि त्या समजून घेण्याची शिकवण मिळाली. अशा प्रकारे मला मिळालेल्या वेळेचा मी सदुपयोग करून हे पुस्तक लिहू शकलो. चांगल्या कामाच्या बदल्यात आपल्याला दगडं मिळाली तरी त्या दगडांवर पाय ठेवून आपण विजयाच्या मार्गावर जायला शिकले पाहिजे, हे म्हणणे किती संयुक्तिक आहे, हेच यातून अधोरेखित होते.

त्याचप्रमाणे देशातील विरोधी पक्षांनी देशात घडणा-या घटनांच्या संदर्भातून बोध घेतला तर सत्ताधारी आणि विरोधी पक्ष यांच्यात उत्तम

समन्वय साधला जाईल आणि त्यातून देशाची वेगाने प्रगती साधली जाऊ शकेल.

त्यामुळे देशाच्या बाबतीत असे विभाग जे प्रभावहीन आहेत आणि वैयक्तिक पातळीवर अशी क्षेत्रे जी निष्क्रिय आहेत, त्यांचा शोध घेऊन त्यांना चालना देत सक्रिय करायचे आहे. जीवनाच्या को-या कॅनव्हासवर काहीही लिहिता येऊ शकते आणि आपल्या जीवनाला एक नवा अर्थ देता येऊ शकतो, यावर विश्वास ठेवायला हवा.

उद्दिष्टपूर्तीसाठी योजना

१. तुम्हाला ज्यात यशस्वी व्हायचे आहे, अशा उद्दिष्टाची निवड करा. आणि कृपया तपासा

अ. तुम्ही कशाचे ढोंग करत आहात का, किंवा तुम्ही जे नाही आहात ते दर्शवण्याचा प्रयत्न करत आहात का?

    i.

    ii.

    iii.

ब. तुमच्या विचार आणि कृतीत कुठे दरी आहे का? कोणत्या क्षेत्रात, त्याच उल्लेख करा.

    i.

    ii.

    iii.

क. भूतकाळातील कोणत्या गोष्टी तुम्हाला परिणामकारक कृती करण्यापासून रोखत आहेत? तुम्ही या ठिकाणी ते लिहून तुमच्यावरील ताण हलका करू शकता.

    i.

    ii.

    iii.

२. वरील सराव केल्यानंतर तुम्हाला गवसलेल्या नव्या शक्यता आणि नवमार्ग यांचा ३ व्यक्तींकडे उल्लेख करा.

अ. नवीन शक्यता (यातील एकाची तुम्ही आज निवड करणार आहात)

    i. कटिबद्ध असणे

    ii. इमानदार असणे

    iii. नेतृत्वशील असणे

    iv. उद्दिष्ट प्राप्तीसाठी तत्पर असणे

    v. संवादशील असणे

    vi. वेळेप्रती कटिबद्ध असणे

    vii. कौतुकास्पद असणे

    viii. स्वीकाराई असणे

    ix. तुमच्या आवडीच्या इतर कोणत्याही शक्यता

२. वर उल्लेखलेल्या शक्यतांचा उल्लेख तुम्ही ज्या ३ व्यक्तींकडे करणार आहात, त्यांची नावे.

    i.

    ii.

    iii.

३. "कदाचित तुमचा भूतकाळ खूप दुःखी, रोमांचकारी आणि महत्त्वाचा असेल परंतु तो इतकाही महत्त्वाचा नाही की, तुमच्या उज्ज्वल भविष्यात त्याचा अडसर होऊ शकेल".

अ. कृपया अशा काही घटनांचा उल्लेख करा की, ज्या ठिकाणी तुम्ही तुमच्या भविष्याची भूतकाळापासून सुटका करून घेतली.

    i.

    ii.

    iii.

कार्यसिद्धीसाठी एकात्मता हाच मूलाधार

"एकात्मतेशिवाय कोणतेही कार्य यशस्वी होत नाही"

वरीलवाक्यातखूपगहनअर्थदडलाआहे. एकात्मतेशिवाय कोणतेही कार्य यशस्वी होत नसेल तर आपल्या संगोपनादरम्यान आणि शिक्षण पद्धतीत एकात्मिक ज्ञानाला योग्य ते महत्त्व का दिले जात नाही? आपण एखाद्याचे कौतुक करताना "अरे हा मुलगा खूप कष्टाळू आहे, कामसू (कामाप्रति एकनिष्ठ) आहे", असे म्हणतो. परंतु "हा मुलगा एकात्मिकआहे", (परिणाम, सत्य आणिइमानदारी यांच्याप्रति कटिबद्ध) असे आपण कधीच म्हणत नाही. सरकारी कार्यालयांमध्ये लोकांप्रति निष्ठा दाखवून त्यांच्या सेवेसाठी आपल्याला अधिकाधिक नवीन काही करता येईल, यावर विचार करून त्याची अंमलबजावणी न करता केवळ ९ ते ५ या काळात काम ढकलण्यावर लक्ष केंद्रित केले जाते. शाळांमध्येही तसेच, म्हणजे विद्यार्थ्यांमधील गुणवत्ता ओळखून त्यांना प्रोत्साहन देण्याऐवजी मोठ्या संख्येने विद्यार्थी गोळा करायचे आणि विद्यार्थ्यांनी अधिकाधिक गुण मिळवून शाळेचे नाव उज्ज्वल करावे, या मर्यादित उद्दिष्टावर भर दिला जातो. एकात्मिकता जर खरोखर आपल्या आयुष्यातील एक मोठा घटक असेल तर त्याचा समावेश आपल्या शिक्षण पद्धतीत का नाही केला जात? तसेच आपल्या कामाच्या ठिकाणी त्याला महत्त्व का दिले जात नाही?, हे प्रश्न मला पुनःपुन्हा विचारावेसे वाटतात.

आपण हे प्रश्न वारंवार उपस्थित करून त्यावर तोडगा शोधायलाच हवा.

खरं म्हणजे मला प्रश्न पडतो की, नेमकं एकात्मिकता म्हणजे तरी काय?"एकसंघता" म्हणजे एकात्मिकता. आपण कसा विचार करतो, इतर आणि आम्ही एक आहोत, आम्ही आणि पर्यावरण एकरूप आहोत, तद्वत मनुष्यप्राणीही अंतरंगातून (शरीर, मन आणि आत्मा यांची एकरूपता) एकच असतो. म्हणजेच आपल्या आचार, विचार आणि कृती यांच्याशी आपले शरीर, मन आणि आत्मा ही त्रयी संलग्न असते. यातूनच एकात्मिक व्यक्तिमत्वाची निर्मिती होते. आपल्या शिक्षण पद्धतीत जर अशा एकरुपतेचा समावेश केला गेला तर संपूर्ण जगात भारतीय सर्वशक्तिमान आणि यशस्वी ठरतील, यात शंका नाही. ही संकल्पना जर संपूर्ण जगात राबवली गेली तर आपली वसुंधरा सर्वांसाठी संपूर्ण सक्रिय असे जग बनेल. कोणासाठीही हे सर्वश्रेष्ठ असे उद्दिष्ट असू शकते.

एकात्मिकतेतून कार्यतत्परताही येते. एकात्मिकता आपल्याला एक मजबूत व्यासपीठ निर्माण करून देते ज्याद्वारे आपण महान कामगिरींची नोंद करू शकतो. एकात्मिकतेचे हे व्यासपीठ नसेल तर तुम्ही कितीही काबाडकष्ट केले तरी त्यातून तुम्हाला समाधानकारक आणि परिपूर्ण परिणामांची अनुभूती मिळणार नाही.

प्रत्येक शाळा आणि संस्थेने दरवर्षी एका तरी विद्यार्थ्याला "एकात्म विद्यार्थी" हा पुरस्कार द्यायला हवा तसेच "एकात्म शिक्षक" आणि "एकात्म अधिकारी", अशा प्रकारचे पुरस्कारही दिले जावे, असे नेहमीच सुचवले जाते.

आपण ज्या एकात्मतेची किंवा इमानदारीची चर्चा करत आहोत, त्याची प्राप्ती करायची कशी किंवा त्याकडे जाणारे मार्ग तरी किती?, असे प्रश्न आपल्याला पडतात. तर त्याचे उत्तर आहे तीन मार्ग!

सर्वप्रथम म्हणजे आपला शब्दाचा मान राखणे. आपण जर एखाद्याला शब्द दिला आहे आणि वचन दिले आहे तर त्याचे तंतोतंत पालन करणेआणि पालन करू शकणार नसू तर कमीत कमी आपणच आपल्या शब्दाचा मान राखणे आपले प्रथम कर्तव्य बनते.

दुसरे म्हणजे, कोणतीही घटना घडली असेल वा घडून गेली असेल किंवा कोणत्याही गोष्टीचे नियोजन झाले असेल तर त्यातून सक्षम असा अन्वयार्थ काढणे. आपण जर सक्षम असा अन्वयार्थ काढू वा निर्माण करू शकलो तर

आपण एकात्म आहोत, असे मानायला वाव आहे. "जे झाले ते चांगल्यासाठी झाले, जे होत आहे ते चांगल्यासाठीच होत आहे आणि जे होणार आहे तेही चांगल्यासाठीच होणार आहे", असे आपल्या भगवद्गीतेतही म्हटले आहे. हा विचार आपल्याला विचारांना आणि श्रद्धांना कणखर करण्यासाठी मदत करतो आणि कठीण काळात हे सर्व विचार आपल्याला प्रोत्साहित करून आनंदी, शांत ठेवतात आणि अंतिमतः आपल्याला विजेता बनवतात.

तिसरा मार्ग म्हणजे "आपल्या कामाचे नियोजन करणे आणि केलेल्यानियोजनाप्रमाणे काम करणे". हे स्वयंस्पष्ट आहे.

उद्दिष्टपूर्तीसाठी योजना

१. तुम्ही कुठे-कुठे तुमचे वचन मोडले किंवा तुमच्यावरील जबाबदारीचे नीट पालन नाही केले तसेच संबंधितांना तुम्ही त्याची भरपाईही दिली नाही? कृपया कारवाई करून त्याच्या परिणामांसंदर्भात ३ लोकांशी चर्चा करा.

   मोडलेली वचने:

   i.

   ii.

   iii.

   iv.

   v.

   vi.

२. भूतकाळात कोणत्या वेळी तुम्ही अपयशी ठरला होतात? त्या अपयशांना तुम्ही कोणता नवा अर्थ देऊ शकता? आणि आता तुमचे नवे उद्दिष्ट काय असेल? तुमचे३ लोकांशी चर्चा करा.

   अ. भूतकाळातील तुमचे अपयश आणि त्यावर तुमची कृती:

      i.

      ii.

      iii.

३. तुम्ही तुमच्या कामाचे खूप आधी नियोजन करता का आणि त्यानुसार तुम्ही तुमचे काम करता का?उदाहरणे द्या.

    i.

    ii.

    iii.

    iv.

४. "भावनांचा कल्लोळ ओसरल्यानंतरही आपल्या प्रतिज्ञेचे विस्मरण होऊ न देता तिच्या पूर्ततेसाठी काम करत राहणे, हीच तुमच्या व्यक्तिमत्वाची खरी परीक्षा आहे".

    अ. कृपया, तुम्ही अशा परीक्षेत उत्तीर्ण झाल्याची ३ उदाहरणे द्या.

        i.

        ii.

        iii.

सूत्र ३
प्रेरणास्रोत बनणे

"एखाद्या गोष्टीची शक्यता गृहीत धरून तिचा शोध घेण्याचा ध्यास तुम्ही घेतला आणि त्यात इतरांनाही सहभागी करून घेतले तर ती गोष्ट तुम्हाला उपलब्ध होते", असे म्हटले जाते. उदाहरणार्थ आपणा सर्वांनाच श्रीमंत व्हायचे असेल तर आपल्याला आपल्या ठोस उद्दिष्टाची निश्चिती करायला हवी. एकदा का आपल्या ध्येयाची निश्चिती झाली की, मग त्याची प्राप्ती करण्यासाठी इतर लोकांनाही वा समविचारींना त्यात सहभागी करून घ्यायला सुरुवात करावी. त्यांना जर फायदा झाला तर तुम्हालाही त्याचा लाभ मिळेल.

आपण आपलेच "विकसित भारत 2027" या मिशनचे उदाहरण घेऊ या.

या पुस्तकात जे काही लिहिले आहे त्यावर विश्वास ठेवत त्याप्रमाणे कृती करण्याचा पक्का निश्चय आपल्या देशाचे पंतप्रधान, राष्ट्रपती आणि इतर राजकीय नेत्यांनी केला तर नक्कीच सर्वसामान्य नागरिकही या मिशनमध्ये सहभागी होतील आणि त्यांच्यात आत्मविश्वास निर्माण होऊन ते इतरांनाही या मिशनमध्ये सहभागी करून घेण्याचा प्रयत्न करू लागतील. या पुस्तकात दिलेल्या सूत्रांची आपण अंमलबजावणी करून स्वतःमध्ये नवनिर्माण घडवून आणू शकतो. आपल्या उत्पादकतेत आपण १०० पटीने वाढ करू शकतो आणि काही वर्षे चक्क २० टक्के जीडीपी विकास दराचा विचार भारत करू शकतो. यातून आपले विकसित देश म्हणून उदयाला येण्याचे स्वप्न पूर्ण होऊ शकते.

आपण पुन्हा एकदा उजळणी करू या. आपण संधीचा शोध घेतला आणि इतर समविचारींना त्यात सहभागी करून घेतले तर आपण कोणतेही

ध्येय अगदी सहजपणे गाठू शकतो. हीच तर लोकसहभागाची शक्ती आहे. परंतु त्यासाठी आपण खुल्या मनाचे आणि संवादतत्पर असणे गरजेचे आहे. तक्रारींच्या पलीकडे जाण्याची नितांत आवश्यकता आहे आपल्याला.

आपण आपल्या सर्वांच्या लाडक्या सचिन तेंडुलकरचे... माफ करा... भारतरत्न सचिन तेंडुलकरचे उदाहरण घेऊ या. भारत विश्वचषक विजेता होऊ शकतो, हे स्वप्न तो सातत्याने पाहू लागला आणि त्यानुसार त्याने संघबांधणी सुरूच ठेवली. त्यातूनच आपल्याला २०११ मध्ये पुन्हा एकदा विश्वचषकावर आपले नाव कोरता आले. अगदी तद्‌वतच आपण 2027 मध्ये भारताला विकसित राष्ट्र बनवायचेच, हा ध्यास मनामध्ये ठेवू या आणि या मिशनमध्ये प्रत्येक भारतीयाला सहभागी करून घेऊ या. आपण एका विकसित देशाचे नागरिक आहोत, या थाटात वागायला सुरुवातही करू या आपण. या पुस्तकाच्या तिस-या प्रकरणात दिलेल्या सवयी आपण अंगिकारायला सुरुवात करू. त्यामुळे आपण आपल्या सकल राष्ट्रीय उत्पादनात (जीडीपी) उत्तम योगदान देऊ शकू आणि त्या माध्यमातून लाखो रोजगारही निर्माण होऊ शकतील.त्याचबरोबर हजारो उद्योगकर्मींच्या विकासातही हातभार लागेल.

देशाचा जीडीपी एका विशिष्ट उंचीवर नेऊन ठेवण्याच्या कार्यात जर संपूर्ण देशवासी सहभागी झाले तर आपल्याला एक महासत्ता म्हणून उदयास येण्यापासून कोणीही रोखू शकणार नाही.

प्रश्न असा आहे की, आपण आपली सहभागशक्ती वृद्धिंगत कशी करायची? याचं उत्तरही अगदी सोप्पं आहे. सर्वप्रथम म्हणजे तक्रार करणे सोडा. तुम्हाला तुमच्या संवादकौशल्यातून संबंधित लोकांना तुमच्या प्रस्तावातील फायदे पटवून द्यावे लागतील आणि त्या प्रस्तावाचा पाठपुरावा नाही केला तर सोसाव्या लागणा-या तोट्याचीही जाणीव तुम्हाला लोकांना करून द्यावी लागेल. प्रस्तावाची अंमलबजावणी आपल्या हिताची आणि फायद्याची आहे, हे एकदा का संबंधित लोकांना पटले की, मग ते कदाचित तुमच्या शिफारसीची किंवा प्रस्तावाची तातडीने अंमलबजावणी करू लागतील.

उद्दिष्टपूर्तीची योजना

१. तुम्ही तुमच्या कल्पना इतरांना अशा पद्धतीने पटवून देता का की, त्यातून ते प्रेरित होऊन तुम्हाला सहकार्य करण्यास तयार होतात? कृपया उल्लेख करा.

    i.

    ii.

२. नव्या संकल्पना लोकांसमोर मांडण्यापूर्वी तुम्ही तुमच्या आधीच्या प्रलंबित मुद्दे पूर्ण करता का? उदाहरणे द्या.

    i.

    ii.

    iii.

३. इतरांना जोखणे, त्यांचे मूल्यमापन करणे आणि लोकांच्या चुका काढणे इत्यादी प्रकार तुम्ही थांबवले आहेत का? उदाहरणे द्या.

    i.

    ii.

    iii.

    iv.

    v.

    vi.

४. तुमच्या जीवनातील मिशनसाठी तुम्हाला अगदी मनापासून साथ देतील, अशा ३० लोकांची यादी बनवा. त्यांना आपल्या मिशनमध्ये सहभागी करून घेण्याची सुरुवात करा.

    i.

    ii.

    iii.

iv.

v.

vi.

vii.

viii.

ix.

x.

xi.

xii.

xiii.

xiv.

xv.

xvi.

xvii.

xviii.

xix.

xx.

xxi.

xxii.

xxiii.

xxiv.

xxv.

xxvi.

xxvii.

xxviii.

xxix.

xxx.

५. "जेव्हा योग्य व्यक्ती एकत्र येतात तेव्हा संकटातही संधी निर्माण होतात".

अ. कृपया तुमच्या भूतकाळातील २ उदाहरणे द्या आणि तुमच्या २ भविष्यकालीन योजना सांगा.

भूतकाळ:

i.

ii.

भविष्यकालीन योजना

i.

ii.

सूत्र ४
व्यवहारकुशल नेतृत्व

नेतृत्व असे हवे की, जे नवनवीन नेत्यांची फौज निर्माण करून त्यांच्या माध्यमातून व्यापक परिणाम साधू शकेल. अशी नवनेतृत्वाची फौज निर्माण करणे हे खरे नेतृत्व. आणि जर नेतृत्व व्यवहारकुशल असेल तर मग तो नेता अधिक साहसी, शूर आणि जोखीम पत्करणारा ठरतो.

आज आपल्या देशात सर्वव्यापी नेतृत्व देऊ शकेल, अशा नेतृत्वाची वानवा आहे. याचा दोष आपल्या व्यवस्थेत आहे. आपण नेते तयार न करता केवळ अनुयायी तयार करतो. कायदा, राजकीय, आध्यात्मिक किंवा नोकरशाही अशा प्रत्येक क्षेत्रात सक्षम नेतृत्वाची निर्मिती करण्यासाठी अनुयायांची फौज तयार न करता केवळ नेतृत्वाची प्रभावळ निर्माण करण्यावर भर देणा-यांचा सत्कार आपण करायला हवा. अशा सकारात्मक दृष्टिकोनामुळे नेत्यांची फौज तयार होऊन आपल्या देशातील नेतृत्वाची टंचाई संपेल.

देशात जर एकाचवेळी गुणवत्ताधारित नेत्यांची संख्या कैकपटीने असेल तर तो देश मजबूत, स्थिर आणि विकसित असल्याचे ते सुचिन्ह आहे.

आतापर्यंत आपण केवळ अनुयायी तयार करण्याचे काम केले. मात्र, त्याला आता पूर्णविराम द्यायला हवा. आपल्या देशातील प्रत्येक नागरिकाचा विकास व्हावा, अशी प्रामाणिक इच्छा असेल तर आपल्यासारख्या नेत्यांनी मनातील असुरक्षिततेची भीती काढून टाकायला हवी. एकदा का ही भीती निघाली की मग नवनेतृत्वाला वाव देण्यास सुरुवात होईल आणि त्या अनुषंगाने देशाच्या विकासाचाही मार्ग मोकळा होईल. 2022 मध्ये "मानव विकास निर्देशांकात" आपण 132 व्या स्थानावर होतो. या निर्देशांकात आपण पहिल्या दहामध्ये असावे, असे आपले उद्दिष्ट असायला हवे. आपल्यापुढील

आव्हान खूप मोठे आहे. या पुस्तकात सर्वोत्कृष्टतेच्या प्राप्तीसाठी देण्यात आलेल्या २४ सूत्रांचा उपयोग आपल्या मानव विकास निर्देशांकात सुधारणा करण्यासाठी होऊ शकतो.

नेतृत्वाचा सर्वात मोठा गुणविशेष म्हणजे "पुढाकार घेणे"होय. स्टिफन कोवे यांनी त्यांच्या पुस्तकात अत्यंत प्रभावशाली व्यक्तींच्या काही महत्त्वपूर्ण सवयी उद्धृत केल्या आहेत. त्यातील अत्यंत महत्त्वाची सवय म्हणजे "कार्यक्षम" असणे. आपल्या देशाचे विद्यमान पंतप्रधान अत्यंत कार्यक्षम आहेत. त्यांनी स्वतः पुढाकार घेऊन अनेक नवनवीन योजना राबविल्या आहेत. त्यामुळेच त्यांच्या लोकप्रियतेत आजवर तसूभरही फरक पडलेला नाही.

साधारणतः आपण प्रतिक्रियावादी असतो. परंतु प्रतिक्रियेत काही दम नसतो. जपानी लोकांनी त्यांचे सर्व लक्ष प्रतिबंधात्मक देखभालीवर केंद्रित केले आहे. त्यामुळेच जपानच्या बुलेट ट्रेन प्रकल्पाच्या आजपर्यंतच्या इतिहासात एकाही अपघाताची नोंद झालेली नाही. आपण मात्र त्याच्या अगदी उलट आहोत. आपण आपले सारे लक्ष प्रतिक्रियावादावर केंद्रित केले आहे. त्यामुळे आपण काही प्रतिक्रिया देण्याआधी आपले बरेच नुकसान झालेले असते.

आपल्या या सार्वत्रिक स्वभावाचे प्रतिबिंब देशाच्या परराष्ट्र धोरणात पडल्याचे दिसून येते. आपल्या परराष्ट्र धोरणात प्रतिबंधात्मक देखभालीची उणीव आहे. म्हणजे असे की, आपल्याकडे काही ठोस अशी धोरणे नाहीत. त्यामुळेच भारतीयांकडून काही तक्रारी आल्या की मग आपण खडबडून जागे होतो. जागतिक घडामोडींवर तातडीने आणि अगदी अचूक मतप्रदर्शन करण्यासाठी आपल्या परराष्ट्र मंत्रालयाने एखादी यंत्रणा विकसित करायला हवी. त्यातूनचजगात आपले महत्त्व अधोरेखित होऊन जगात आपल्या शब्दांना किंमत प्राप्त होईल. थोडक्यात काय तर आपल्या सर्व नोकरशाहीची रचना प्रतिक्रियावादावर आधारलेली आहे. आपले काही नुकसान झाले की मगच आपण खडबडून जागे होत शस्त्र परजतो. तोपर्यंत व्हायचे तेवढे नुकसान झालेलेच असते. गेल्या ५० वर्षांत जपानमध्ये बुलेट ट्रेनला एकदाही

अपघात झालेला नाही. त्यासाठी जपानने विकसित केलेल्या प्रतिबंधात्मक यंत्रणेसमान आपणही एखादी अशी यंत्रणा विकसित करू शकतो का, याचा आपण विचार करायला हवा.

आपल्या जीवनात आलेल्या अडचणींवर मात करण्यासाठी आपण काय केले, याचा शोध घेण्याचा आग्रह आपण आपल्या वर्तुळातील लोकांकडे धरायला हवा. बालपणातील अनुक्रमे ५व्या, १०व्या आणि १५व्या वर्षी विजयी होण्यासाठी किंवा मार्गात आलेल्या अडचणींवर मात करण्यासाठी काय केले, याचा आत्मशोध प्रत्येकाने घ्यायला हवा. म्हणजे वयाच्या १०व्या वर्षी परीक्षेत यशस्वी होण्यासाठी मी खूप अभ्यास करण्याचे ठरवले आणि त्यानुसार मला परीक्षेत यश मिळाले असेल तर ते माझे यशाचे सूत्र ठरते. परंतु प्रत्येकवेळी तेच सूत्र यशस्वी ठरेल, असे नाही. १५व्या वर्षी कदाचित दुसरे कुठले तरी सूत्र तुम्हाला यशाच्या मार्गावर घेऊन जाईल. थोडक्यात काय तर आपल्या यशाचा हमखास मंत्र अमकाच आहे, असे ठामपणे कोणाला सांगता येता कामा नये, असे आपण आपले यशाचे सूत्र तयार करायला हवे. म्हणजे आपण आपल्या संपर्कातील व्यक्तींनाही त्या सूत्राचा अवलंब करण्याचा आग्रह धरू शकू. नेत्यानेही असेच असायला हवे. खरा नेता होण्यासाठी हमखास विजयी होणा-या तंत्राचा नेत्याने तातडीने त्याग करायला हवा. कसोटीच्या क्षणी सुयोग्य आणि धडाडीचे निर्णय घेता यावे, यासाठी नेत्याने स्वतःला विकसित करायला हवे. आपल्या पुढच्या चालूचा आपल्या आजूबाजूच्या लोकांनाही अंदाज येता कामा नये, असे नेत्याने वागायला हवे. नेतृत्वाचा कस अशा कसोटीच्या क्षणीच लागत असतो. त्यामुळे आपल्यातील वाईट सवयींचा शक्य तितक्या लवकर त्याग करून जीवन आपल्या पद्धतीने घडवण्यासाठी नेत्याने सदैव तत्पर असायला हवे. अलीकडेच, माझा थोरला मुलगा त्याच्या धाकट्या भावाशी नेहमी भांडत असल्याचे माझ्या लक्षात आले. भांडता भांडता त्याचा राग अनावर झाल्याचेही माझ्या निदर्शनास आले. त्याच्या अशा भांडखोर वृत्तीवर मी बोट ठेवल्यानंतर तो भानावर आला आणि आपल्या स्वभावात बदल करण्याचा त्याने प्रामाणिकपणे प्रयत्न केला. त्याच्या या अशा चिडचिड्या स्वभावामुळे त्याचे अभ्यासातील लक्ष तर भरकटले होतेच शिवाय तो वेळही वाया घालवत होता. त्याला साधी

साधी गणितेही सोडवता येत नव्हती. कोणत्याही परिस्थितीत जिंकण्याचे तंत्र त्याला एकदाचे गवसले, काहीवेळा त्याने हे तंत्र झिडकारून देण्याची मानसिकताही विकसित केली. त्यामुळे अजूनही तो परीक्षेत चांगले गुण प्राप्त करू शकत आहे.

टीकेच्या पलीकडचे असणे हाही एक गुण आहे चांगला नेता होण्याचा. तसेच नेत्याने "जीवनात काहीही साध्य करता येणे शक्य आहे", या भावनेने वागायला हवे. तसेच जो व्यक्ती वा संस्थेला बलशाली बनवतो त्यास असीम शक्तिदायी अर्थ दिला जाऊ शकतो.

उद्दिष्टपूर्ती योजना

१. तुमच्याकडे असे नेतृत्व वा असा संघ आहे का, जो तुमच्या इप्सित ध्येयासाठी झटू शकेल? त्यापैकी १२ जणांची नावे लिहा.

    i.

    ii.

    iii.

    iv.

    v.

    vi.

    vii.

    viii.

    ix.

    x.

    xi.

    xii.

२. तुम्ही तुमच्या संघाला तसेच नेत्यांना पुढाकार घेण्यासाठी कसे प्रोत्साहित करता, हे नमूद करा.

    i.

    ii.

    iii.

३. तुम्ही एक भक्कम, सक्षम आणि धडाडीचे नेतृत्व घडवत आहात का? त्यापैकी ३ जणांची नावे लिहा. त्यांच्यापैकी कोण तुमचा उत्तराधिकारी ठरू शकतो.

    i.

    ii.

    iii.

४. आपण आपल्या ५व्या, १०व्या आणि १५व्या वर्षी काय होतो. त्या त्या वयाचे असताना यशस्वी होण्यासाठी आपण काय तंत्र अवलंबले, हे आठवण्याचा प्रयत्न करा. तुम्ही कदाचित त्या वेळच्या वयानुसार ते तंत्र अवलंबले असेल आणि तेच तुमच्या यशाचे सूत्र झाले असेल. परंतु ते सूत्र सगळीकडे यशस्वी ठरेल, असे नाही. त्यामुळे आता तुम्ही ज्या वयात आहात त्या वयात तुमच्या मनाची स्थिती कशी आहे, हे तपासा. कदाचित भीती, असुरक्षित वाटत असेल, अतिआत्मविश्वास वाटत असेल, हुरहूर वाटत असेल, जग जिंकण्याइतपत विश्वास तुमच्यात ठासून भरला असेल इ. इ. हे सर्व तुमच्याबरोबर असताना तुम्ही योग्य वेळी नेमके कोणते तंत्र अवलंबता. बरं, हे सर्व तुमच्याकडे असतानाही तुम्ही तुमच्या मर्जीप्रमाणे जीवन जगू शकत आहात का, असा सवाल स्वतःला करून पाहा. आणि वर उल्लेखलेल्या वयाच्या टप्प्यांत तुम्हाला आलेले अनुभव आणि तुम्ही तुमची स्वतःची ओळख निर्माण करण्यात यशस्वी कसे ठरलात, याविषयी सांगा.

    i.

    ii

    iii

५. कार्यकर्त्यांनी कितीही अडचणी निर्माण केल्या तरी त्यांचे निरसन करण्यासाठी नेत्यांनी कायम तत्पर असायला हवे. थोडक्यात नेत्यांनी समाधानाभिमुख असावे.

    i.

    ii.

    iii.

भाग २

यशाची चतुःसूत्री

"अनेक जण कधीकधीच या सूत्रांचा वापर करतात परंतु
जीवनात यशस्वी ठरलेले लोक तर कायम हीच सूत्रे अवलंबतात"

गरजा, इच्छा आणि यश

आपली गरज काय आणि इच्छा-आकांक्षा काय, यांची निश्चिती करून त्यांची प्राप्ती करणे म्हणजे यश होय. परंतु या ठिकाणी आपल्याला गरजा आणि इच्छा-आकांक्षा यांच्यातील भेद नीट समजायला हवा. महात्मा गांधी नेहमीच म्हणायचे की, "प्रत्येकाची गरज भागू शकेल एवढं मुबलक आपल्या भूतलावर आहे परंतु प्रत्येकाची हाव पूर्ण होईल, तेवढं मात्र पुरेसं नाही".

त्यामुळे आपल्या इच्छा-गरजा पूर्ण करणे हे काही वाईट नाही परंतु जेव्हा आपल्या इच्छा-गरजांचे रूपांतर लालसेत होते त्यावेळी ती लालसा पूर्ण करणे इष्ट नाही, असा विचार करून आपण स्वतःला रोखायला हवे. आपल्यापैकी बहुतेकजण या इच्छा आणि लालसा यांच्यातील अस्पष्ट अशा सीमारेषेवरच फसतात. इच्छा आणि गरजा यांच्यातील भेद ओळखता येत नाही त्यांना.

आपल्यापैकी बहुतेकांना- म्हणजे ९० टक्के लोकांना - आपल्या मूलभूत गरजाही पूर्ण करता येत नाही. आपल्यापैकी काहींमध्ये लालसा असते आणि त्यामुळे आपण आपल्या गरजांची यादी वाढवतच जातो. ही यादी कधीही पूर्ण होत नसते. नव्हे ती अविरत असते. क्षणाक्षणाला आपल्या इच्छा बदलत जातात आणि त्या पूर्ण होत नाहीत म्हणून आपण नाराज होत राहतो.

याचाच अर्थ आपल्याकडे अनेकांमध्ये असमानता आहेत आणि "आहे रे" व "नाही रे" अशा दोन्ही वर्गांत असमाधान कायम राहते. जोपर्यंत प्रत्येक भारतीयाच्या रोटी, कपडा, घर, शिक्षण, आरोग्य आणि उत्पन्नाचे स्रोत इत्यादी मूलभूत गरजा पूर्ण होत नाही तोपर्यंत आम्ही आपल्या इच्छामर्यादित ठेवू, असा दृढनिश्चय आपल्यातील प्रत्येकाने केला तर आपला देश समृद्ध,

प्रगत आणि आनंदी व्हायला अजिबात वेळ लागणार नाही. पण त्यासाठी प्रत्येकाने झटून निर्धार करायलाच हवा, हे मात्र नक्की.

यशसंपादन कसे करावे, यावर आपण चर्चा करू या. त्यासाठी आपण सर्वप्रथम आपल्या ध्येयाची निश्चिती करायला हवी. आपण आपल्या पहिल्या प्रकरणात ध्येय निश्चितीवर चर्चा केली तर ध्येयपूर्तीसाठी काय करायला हवे, यावर आपण दुस-या प्रकरणात चर्चा केली. तर या ध्येयपूर्तीमध्ये कटिबद्धतेची भूमिका किती कळीची असते, यावर आपण मागील प्रकरणात चर्चा केली.

उद्दिष्टपूर्ती योजना

१. कृपया, पुढील ५ वर्षांत तुमच्या गरजा आणि अपेक्षा काय असतील, याची यादी करा.

अ. मूलभूत गरजा:

    i.

    ii.

    iii.

ब. इच्छा आणि अपेक्षा:

    i.

    ii.

    iii.

२. "यशाची पूर्ण किंमत चुकवावी लागते आणि तीही वेळेआधी..."

अ. ज्या क्षेत्रात तुम्हाला यशस्वी व्हायचे आहे त्या क्षेत्रात पुढील तीन गोष्टींची किंमत तुम्ही कशी चुकवाल?

    i. वेळ:

    ii. पैसा:

    iii. समर्पित भावनेने केलेले काम:

ध्येय निश्चिती

ध्येय कसे निश्चित, सुस्पष्ट आणि योग्यच असायला हवे तसेच ध्येयप्राप्तीसाठी आपण झपाटून जाऊ एवढे ते आव्हानात्मक असावे. त्याचबरोबर आपण निश्चित केलेले ध्येय आपल्या स्वाभाविक क्षमतेला झेपणारे आणि जीवनाच्या मुख्य उद्देशाशी सुसंगत आहे का, हेही आपण नीट तपासून घ्यायला हवे.

थोडक्यात काय तर आपण आखलेले ध्येय स्वतःबरोबरच इतरांसाठीही योग्य आहे का? ते बहुसंख्य लोकांसाठी उपयुक्त ठरून प्रत्येकाच्या चेह-यावर त्यामुळे पुरेसे समाधान झळकेल का? हे प्रश्न स्वतःला विचारून त्यांच्या सकारात्मक उत्तरांची खात्री करून घ्यायला हवी.

दुसरीकडे तर्कविसंगत म्हणजे ध्येय छोटेसे आणि तर्काशी फारकत घेतलेले आहे का?की, निश्चित केलेले ध्येय अगदीच सामान्य आहे? की, ध्येय आव्हानात्मक असून त्याच्या प्राप्तीसाठी आपण झपाटून जाणार आहोत? कारण एखाद्या ध्येयाचा ध्यास घेतला असेल तर ध्येय प्राप्तीसाठी प्रेरणा मिळणे अत्यंत आवश्यक असते.

तसेच आपण आपल्या डोळ्यांसमोर ठेवलेले ध्येय पूर्ण करण्यासाठी लागणारी स्वाभाविक क्षमता किंवा तेवढी प्रतिभा (म्हणजे तुम्ही ज्यात सर्वोत्तम आहात ते कौशल्य वा बुद्धिचातुर्य) आपल्यात आहे का?आपल्या अंगभूत क्षमतेला आपण कसे ओळखायचे? हेही खूप सोप्पं आहे. एखादे काम करत असताना आपण आपले तन-मन-धन त्यात ओतून काम करत असतो. एकाग्रचित्ताने काम करत असताना आपण तहान-भूकही हरपतो. मला अमूक एक काम पूर्ण करायचे आहे, या विचाराने आपण झपाटले जातो त्यामुळे मग ते काम करत असताना आपल्याला अजिबात कंटाळा

येत नाही. ते काम तुम्ही कितीही वेळा केले तरी त्यातून तुम्हाला सारखाच आनंद मिळत असतो. अशा कामाचा संबंध तुमच्या अंगभूत क्षमतेशी असतो. यालाच कामाशी एकरूप होणे, असे संबोधले जाते.

त्याचप्रमाणे तुम्ही तुमच्या जीवनात करत असलेली प्रत्येक कृती तुम्ही तपासून पाहू शकता. त्यातून आपण आपली प्रत्येक कृती जीवनाचे ध्येय प्राप्त करण्याच्या दृष्टीने करत आहोत किंवा कसे, याचा धांडोळा घेण्यास तुम्हाला मदत होते. तुम्ही निश्चित केलेल्या ध्येयाला अनुसरून जर तुमची कृती असेल तर तुमच्या जीवनात अनुकूलता, सौम्यता, सभ्यता आणि शांतता नांदेल. "संकल्पशक्ती आणि दैवीगुणांचा समुच्चय" या भागातही पण वरील विषयावर चर्चा केली आहे.

वर उल्लेखलेल्या निकषांची जाणीव झाली की, आपल्याला खाली दिलेल्या ध्येय प्राप्तीच्या वैशिष्ट्यांचे आकलन होणेही गरजेचे आहे.

१. ध्येय सुस्पष्ट आहे का? सर्वसाधारणपणे असा अनुभव आहे की, लोक आपली ध्येये सुस्पष्ट ठेवत नाहीत. त्यामुळे त्यासंदर्भात कोणाला जबाबदारही धरता येत नाही. तसेच जबाबदारी घेण्यासही आपण कचरतो. आपण कायम स्वतःलाच जबाबदार धरायला हवे जेणेकरून आपल्या ध्येय निश्चितीत सुस्पष्टता येईल.

२. ध्येयाची निश्चिती करताना वेळ, अंतर आणि त्याचे स्वरूप याची विशेष काळजी घ्यायला हवी. ध्येय निश्चित करताना जर वरील घटक विचारात घेतले तर ध्येय प्राप्ती अधिक सुखकर आणि सुलभ होते

उद्दिष्टपूर्ती योजना

१. "ध्येयांची लेखी नोंद करणे म्हणजे आपल्या स्वप्नांना मुदत घालून देणे." कृपया खालीलप्रमाणे तुमच्या ध्येयांची लेखी नोंद करा:

ध्येय निश्चिती   १० वर्ष   २ वर्ष   यंदाच्या वर्षी

अ. वैयक्तिक

आरोग्य

पुस्तक वाचन

लोकांना भेटणेपरिषद/चर्चासत्रे

भेट देण्याची ठिकाणे

नवीनछंद

ब. कुटुंब

पालक

मुले

पत्नी

विस्तारित कुटुंब

आर्थिक

व्यावसायिक

सामाजिक

आध्यात्मिक

सूत्र ७
ध्येय पूर्तीयोजना

तुम्ही जर एखाद्या गोष्टीचा ध्यास घेतलात आणि त्याच्या पूर्ततेसाठी इतरांनाही सहभागी करून घेतले तर तुम्ही कोणतेही ध्येय अगदी सहजपणे गाठू शकता. संभाव्य गोष्टींविषयी तुम्ही इतरांशी चर्चा केली आणि त्यात इतरांना सहभागी करून घेतले तर सर्व काही सहजसाध्य होते, हे आपण नवनिर्माण या पहिल्या भागात पाहिले आहे. आता आपण यशाच्या मार्गाविषयी चर्चा करणार आहोत. एखाद्या कामाप्रति कटिबद्ध राहणे ही खूप महत्त्वाची बाब आहे. तसेच कटिबद्ध संवादही एक महत्त्वाची प्रक्रिया आहे, हेही आपण समजून घ्यायला हवे.

सद्यःस्थितीत याबाबत आपल्या संसद आणि प्रसारमाध्यमांना यशस्वी व्हायचे आहे. "कटिबद्ध संवादा" च्या बाबतीत या दोन्ही संस्था (संसद आणि प्रसारमाध्यमे) पुरेशा गंभीर नाहीत. सत्ताधारी नेते, विरोधी पक्षांतील नेते आणि प्रसारमाध्ये या सर्वांनी जर कटिबद्ध संवादाला सुरुवात केली आणि त्याप्रमाणे धोरणांची आखणी करून उचित अंमलबजावणी केली तर विकसित भारताचे आपले ध्येय अपेक्षेपेक्षाही लवकर पूर्ण होईल.

उद्दिष्टपूर्ती योजना

१. तुम्हाला काय साध्य करायचे आहे त्याच्या पूर्ततेसाठी तुम्ही खूप आधीपासून नियोजन करायला सुरुवात केली होती का? कृपया पुढील ६ महिन्यांत तुम्हाला करावयाच्या असलेल्या ६ मोठ्या कामांची यादी करा आणि त्यासाठी आतापासूनच नियोजन करायला सुरुवात करा.

    i.

    ii.

iii.

iv.

v.

vi.

२. तुम्ही ठरवल्याप्रमाणे काम करत आहात का? काही उदाहरणे द्या.

i.

ii.

iii.

३. तुम्हाला जर परिणाम दिसले नाही तर तुम्ही तुमच्या कृती आराखड्याचा सातत्याने पुनर्आढावा घ्यायला हवा. तुम्हाला तुमच्या कृती आराखड्याचे पुनर्नियोजन करावे लागले, अशा ३ घटनांची माहिती द्या.

अ. उदाहरणे:

i.

ii.

iii.

४. "प्रत्येक असामान्य यश हे शेकडो छोट्याछोट्या सामान्य प्रयत्नांचा समुच्चय असते. साधारणतः हे जे छोटेछोटे प्रयत्न असतात ते लोकांच्या दृष्टीस येत नाहीत आणि त्यामुळे साहजिकच त्या प्रयत्नांचे कौतुकही होत नाही". तुमच्या कोणत्या अगदी सामान्य वाटणा-याप्रयत्नांबद्दल तुम्ही स्वतःची पाठ थोपटवून घ्याल?

i.

ii.

iii.

ध्येय पूर्तीत कटिबद्धतेची भूमिका

किंतीही बिकट परिस्थिती असो तुम्ही जे बोलता ते पूर्ण करता, यालाच म्हणतात वचनबद्धता. आपल्या ध्येयाच्या पूर्ततेत येणारी बाधा ही अचानक उद्भवलेली असते. म्हणजे आपण एखादी गोष्ट तडीस नेण्याचे ठरवले की त्यात अचानक अडचणी उद्भवून तुमच्या निर्धाराचा चक्काचूर होण्याची दाट शक्यता असते. हीच कसोटीची वेळ असते. कोणत्याही परिस्थितीत डगमगून न जाता, किंतीही संकटे आली तरी त्यातून मार्ग काढत आपला शब्द पूर्ण करण्याचे कसब ज्याला प्राप्त होते, तोच खरा कटिबद्ध माणूस होय!

त्यामुळेच ज्याला खरोखर एक यशस्वी जीवन जगायचे आहे त्याने/तिने आपला शब्द पाळण्याची क्षमता स्वतःच्या अंगी बाणवायला हवी.

साधारणतः आपल्या देशात आणि विशेषतः शिक्षण पद्धतीत आपला शब्द पाळण्याचे, दिलेल्या वचनाला जागण्याचे मौलिक शिक्षण दिले जात नाही. *"प्राण जाएँ पर वचन न जाएँ"* हे फक्त प्रभू श्रीरामालाच लागू होते, आपल्याला नाही, असाच सार्वत्रिक समज आहे आपल्या देशात.

देशातील प्रत्येकाने जर आपण दिलेला शब्द नक्की पाळायचा, असा नुसता निर्धार केला तरी खूप मोठे वैचारिक परिवर्तन होईल देशामध्ये. प्रत्येकाने आपला शब्द कसोशीने पाळण्याचा आटोकाट प्रयत्न केला तर आपोआप आपल्या देशाचे सकल राष्ट्रीय उत्पादन (जीडीपी) प्रचंड मोठी उसळी घेईल आणि पुन्हा एकदा आपल्या देशात सुबत्ता निर्माण होऊन सोन्याचा धूर निघायला लागेल, याची खात्री आहे.

त्यामुळेच आपणा सर्वांनी दिलेला शब्द पाळायला शिकले पाहिजे. नव्हे, आपल्या देशात दिलेला शब्द पाळणे हे *"पवित्र कार्य"* मानले गेले पाहिजे.

दिलेले वचन पाळण्याचे बाळकडू लहानपणापासूनच दिले गेले पाहिजे. केवळ परीक्षेत अधिकाधिक मार्क्स (गुण) मिळविण्याला प्राधान्य देण्यापेक्षा आपण आपला शब्द, आपले वचन पाळण्याला अधिक महत्त्व द्यायला शिकले पाहिजे. असे जेव्हा घडेल तेव्हा आपल्या देशाच्या शिक्षण क्षेत्रात आणि पर्यायाने देशात एक नवी पहाट उगवेल, हे नक्की.

खरं म्हणजे समर्पित, कटिबद्ध व्यक्तीसाठी आपण प्रत्येक संस्था आणि संघटनेत विशेष पुरस्कार ठेवू शकतो. उदाहरणार्थ "सर्वात कटिबद्ध विद्यार्थी", "सर्वात कटिबद्ध शिक्षक" आणि "सर्वात कटिबद्ध अधिकारी", अशा प्रकारचे पुरस्कार दरवर्षी दिले गेले पाहिजे. त्यातून लोकांना प्रेरणा मिळून सर्वांचाच उत्साह दुणावेल.

या ठिकाणी आपण थोडे सावध राहायला हवे. आपली कटिबद्धता परिणामांशी असायला हवी. त्या परिणामांमध्ये आपण भावनिकदृष्ट्या गुंतायला नको. परिणामांव्यतिरिक्त काहीही महत्त्वाचे नाही, ही गोष्ट आपण काम करत असताना कायम स्मरणात ठेवायला हवी. आपल्याला अपयश आले तरी जीवन हा एक खेळ असून त्यात हार-जीत होतच राहणार, असे आपण स्वतःला समजून सांगायला हवे. भगवद्गीतेतही भगवान श्रीकृष्णाने अर्जुनाला उपदेश करताना "तू तुझे काम करत राहा आणि त्याचे परिणाम माझ्यावर/जगन्नियंत्यावर सोडून दे", असे सांगितले आहे.

उद्दिष्टपूर्ती योजना

१. दर दिवशी स्वतःचे आत्मपरीक्षण करा आणि तुम्हाला आलेल्या अडचणींनंतरही तुम्ही तुम्ही तुमच्या वचनाचे पालन केले का, याचा शोध घ्या. अशा ३ घटनांची यादी करा.

    i.

    ii.

    iii.

२.	स्वतःकडून एखादे वचन मोडले गेल्यानंतर तुम्ही स्वतःमध्ये काय बदल घडवून आणला? वचन मोडणे म्हणजे स्वतःच्या मूल्यांशी तडजोड करण्यासारखे आहे. अशा परिस्थितीत तुम्ही स्वतःमध्ये काय सुधारणा केल्या त्यांचा उल्लेख करा आणि ते लोकांना सांगा.

सुधारणा:

i.

ii.

iii.

३.	"जेव्हा तुम्ही एखादे वचन देता तेव्हे त्याची पूर्तता करण्यासाठी तुम्ही तुमचे सर्वस्व पणाला लावता. त्यावेळी अचानक काही चमत्कार घडून काही व्यक्ती, घटना तुमच्या पाठिशी उभ्या राहतात. कटिबद्धता हे एक असे शक्तिशाली चुंबक आहे की जे मदत, सहकार्य आपोआप आपल्याकडे खेचून घेते."

वरील विधानाने माझे संपूर्ण आयुष्य बदलून टाकले, अर्थात चांगल्या अर्थाने. तुमचे काय? कृपया स्पष्ट करा.

भाग ३

फलदायक अभ्यास

फलदायक अभ्यास

आपल्या देशात पूर्वीच्या काळी सोन्याचा धूर वाहायचा, आपल्याकडे विद्वत्ता होती, आपला इतिहास गौरवशाली आहे. परंतु एवढे सारे असतानाही आपला देश विकसित राष्ट्र का नाही बनला? अजूनही आपल्याला "विकसनशील देश" म्हणून का संबोधले जाते? काय कारणे असावीत?

इस्रायल हा देश आपल्यापेक्षा आकाराने कमी आहे. परंतु दोन्ही देशांतील प्रतीव्यक्ती भूमीचा आकार सारखाच आहे. तसेच इस्रायलकडे आपल्यापेक्षाही खनीज संपत्ती कमी आहे. परंतु असे असतानाही इस्रायल आज विकसित देश म्हणून ओळखला जातो. भारताचा व्यक्तिगणिक जीडीपी इस्रायलपेक्षा तब्बल २० पटींनी कमी आहे. यातूनच आपल्याला प्रगतीचा किती पल्ला गाठायचा आहे, याची प्रचीती येते. आपण आपल्या लोकांच्या अंगभूत शक्तींना खुले व्यासपीठ प्रदान केले की आपल्यालाही विकसित राष्ट्रांच्या पंगतीत जाऊन बसायला वेळ लागणार नाही, याची खात्री आहे. प्रश्न असा आहे की, आपण आपली उत्पादकतेची पातळी वाढवायची कशी?

असे म्हटले जाते की, लोकांचे दोन गट पाडले जाऊ शकतात. पहिला गट आहे "फलदायक गट" आणि दुसरा गट तुम्हाला आहे "कारणे सांगणारा गट". पहिल्या गटात सामील व्हायचे असेल तर तुम्हाला दोन अटींची पूर्तता करावी लागते.

१. पहिली अट म्हणजे तुम्हाला कारणे सांगणा-या गटाला सोडचिठ्ठी द्यावी लागेल. कारण त्या गटात अपेक्षित यश न आल्यास त्यासाठी विविध कारणे सांगितली जातात आणि तक्रारीही केल्या जातात. फलदायक

गटात मात्र अशा तक्रारींना जागा नाही. अपयश आले तर त्याची संपूर्ण जबाबदारी तुम्हालाच घ्यावी लागते.उदाहरणच द्यायचे असेल तर सचिन तेंडुलकरचे देता येईल.सचिन जेव्हा शून्यावर बाद व्हायचा तेव्हा तो तो अपयशाची जबाबदारी स्वीकारायचा आणि पुढच्या डावात वा सामन्यात चांगला खेळ करून शतक झळकवायचा.

२. आपल्या जीवनात फलदायक सवयी अंगी बाणविण्यासाठी आपल्याला अनेक गोष्टींची किंमत चुकवावी लागते. पुढील प्रकरणांत त्यावर चर्चा करण्यात आली आहे.

उद्दिष्टपूर्ती योजना

१. तुम्हाला जर निकालाभिमुख सवयी अंगी बाणवायच्या असतील तर तुम्हा पहिल्या प्रथम कारणे देण्याच्या सवयीला काडीमोड द्यावा लागेल. कृपया अशी कोणती ६ कारणे आणि बहाणे आहेत जी तुम्ही आता सोडू इच्छिता (कारण त्यामुळे तुम्हाला जीवनात यशस्वी होण्यात अडचणी येत आहेत). त्यातील तुमच्या प्रगतीसंदर्भात २ व्यक्तींना सांगा.

अ. ध्येयाची पूर्तता करताना तुमचे प्रयत्न अपुरे पडले तर साधारणतः तुम्ही कोणती ६ कारणे द्याल.

    i.

    ii.

    iii.

    iv.

    v.

    vi.

ब. कारणे देण्याचे बंद करून निकालाभिमुख सवयी अंगी बाणवताना तुम्ही त्यासंदर्भात कोणत्या २ लोकांना सांगाल, त्यांची नावे लिहा.

    i.

    ii.

२. "अपयशाचा तुमचा दर अपयशासाठी सामाजिकदृष्ट्या स्वीकृत असलेल्या कारणांना स्वेच्छेने स्वीकारण्यावर आधारलेला आहे".

कृपया उदाहरण द्या.

i.

ii.

सूत्र ९
खुली मानसिकता आणि श्रवणशक्ती

आपल्याला वाटते की आपण खूपच खुल्या मनाचे आणि वस्तुनिष्ठ आहोत. परंतु प्रत्यक्षात आपण तसे काही नसतो. आपल्याला भूतकाळात जे अनुभव आलेले असतात त्यांच्या आधारावर किंवा त्याच्या परिप्रेक्ष्यातूनच/झापडांतूनच आपण समोर आलेल्या परिस्थितीला सामोरे जात असतो किंवा त्याकडे पाहातो. ही जी झापडं आहेत त्यांच्यामुळे आपण वास्तवापर्यंत पोहोचू शकत नाही आणि आपण जाळ्यात अडकून निवडक श्रवणातच आनंद मानू लागतो. तसेच आपण एक उत्तम श्रोता आहोत, असाही आपला एक भ्रम असतो. परंतु आपण तसे नसतोच मुळी. आपण निवडक, आपल्याला आनंद देईल तेच आणि तेवढेच ऐकत असल्याने आपण योग्य तो प्रतिसाद देण्यात कमी पडतो. त्यामुळे आपला संवाद विसंवादी होतो आणि मग दृढसंबंध बनविण्यात आपण अपयशी ठरतो. परिणामी रचनात्मक कार्य होत नाही आणि नकळतपणे आपण गुणवत्ता नष्ट करतो. वस्तुतः कोणत्याही क्षेत्रात यशस्वी होण्यासाठी श्रवणभक्तीचे कौशल्य विकसित करणे खूप महत्त्वाचे आहे.

हे सर्व स्मरणात ठेवून आपण गतकाळातील वाईट अनुभव तिथेच सोडून देत जीवनात पुढे जायला शिकायला हवे. अन्यथा त्या गोष्टी आपल्या श्रवणभक्तीत सातत्याने अडथळे उभे करत राहतील आणि त्यामुळे आपल्याला वर्तमानात जिणे कठीण तर होईलच शिवाय आपण आपले उज्ज्वल भविष्यही निर्माण करू शकणार नाही.

उदाहरण: 2027 पर्यंत भारत विकसित राष्ट्र म्हणून उदयाला येईल, असे जेव्हा आपण म्हणतो तेव्हा आपण लगेचच पायाभूत सुविधा, जीवनावश्यक सेवांच्या उपलब्धतेबाबत आपला स्तर इत्यादींची तुलना विकसित देशांशी

करू लागतो आणि एवढ्या कमी कालावधीत आपला देश विकसित देशांशी तुलना करू शकणार नाही, असा निष्कर्ष काढून आपण मोकळे होतो. परंतु झपाट्याने बदलत असलेले भोवतालचे जग, सातत्याने निर्माण होत असलेल्या नवनव्या संधी आणि उदयाला येत असलेल्या नवनवीन मानसिकता यांचे आपण बारकाईने निरीक्षण केले तर विकसित राष्ट्रासाठी आवश्यक असलेले अंतःप्रवाह आपल्या देशात वाहू लागले असून ते कोणत्याही क्षण उसळून वर येऊ शकतात.

तरुणाईसाठी: असे अनेक विषय आणि शिक्षक असतील ज्यांच्याविषयी तुमच्या मनात पूर्वग्रह असू शकतील. पूर्वग्रहांचे हे जळमट तुम्ही काढून टाकायला हवे. त्याचप्रमाणे विक्री क्षेत्रातील व्यक्तींनीही त्यांची मानसिकता अशा विशिष्ट प्रकारच्या क्लायंट वा मालकासाठी तयार करावी की, जो तुमच्या कामगिरीवर विलक्षण प्रभाव टाकू शकेल.

शिक्षक आणि नेते यांच्यासाठी: तुम्ही एक गोष्ट कायम लक्षात ठेवायला हवी की, तुम्ही जर खुल्या मनाचे नसाल तर तुमच्या गत आयुष्यातील अनुभवांचा तुमच्या विद्यार्थी आणि अनुयायांच्या सर्जनशील मनांवर परिणाम होईल.

उत्तम श्रोता होण्यासाठी नम्रताआणि सरावाची आवश्यकता असते असे आपण जर सतत प्रामाणिकपणे आपल्या मनावर बिंबवत राहिलो तर खरोखर आपल्या श्रवण कौशल्यात सुधारणा होऊ शकते.

उद्दिष्टपूर्ती योजना

१. ९९टक्केज्ञानहेसहजउपलब्धनसते,   त्यातीलयोग्यतीमाहितीग्रहणकरायला तुमच्याकडेखुलीमानसिकताअसणेगरजेचेअसते, हेतुम्हालामाहीतआहेका? तुमच्या खुल्या मानसिकतेने आणि सुधारित श्रवण कौशल्यांमुळे गेल्या आठवड्यात तुम्ही प्राप्त केलेल्या तीन नव्या दृष्टिकोनांविषयी लिहा.

   i.

   ii.

   iii.

२. तुमच्या जीवनातील अशा सर्वांत महत्त्वाच्या ५ व्यक्तींची नावे लिहा ज्यांचे म्हणणे तुम्ही आजही कोणताही आडपडदा न ठेवता ऐकता. यासंदर्भातील प्रगतीविषयी इतर ५ लोकांना सांगा.

    i.

    ii.

    iii.

    iv.

    v.

३. "तुम्ही जर एकाग्रतेने ऐकू शकत असाल तरसंपूर्ण विश्व तुमच्यासाठी उपलब्ध होऊ शकते".

कृपया उदाहरण द्या:

सूत्र १०
आपलेपणा

मित्रांनो, आपल्या जीवनातील अनेक कटु आठवणी विसरण्याचा आपण आटोकाट प्रयत्न करत असतो. नव्हे, आपल्या जीवनातील अनेक नकोशा गोष्टी कोणीतरी जादूने नष्ट कराव्यात, असेच आपल्याला वाटत राहाते. म्हणजे बघा आपल्या जीवनात आलेल्या अनंत अडचणी, दुःख, बिघडलेले नातेसंबंध, पेचप्रसंग इत्यादी गोष्टी कधी घडल्याच नव्हत्या असे व्हावे, असे आपल्याला वाटत राहाते. होय, हे सर्व शक्य आहे. पण त्यासाठी आपण आपुलकीची भावना आपल्या अंगी बाणवायला हवी.

लोकांशी आपले संबंध उत्तम आणि निरोगी असतील तेव्हाच आपण आपल्या गुणवत्तापूर्ण जीवनाचा आनंद उपभोगू शकतो. हे साध्य करायचे असेल तर लोकांना ते जसे आहेत तसेच, म्हणजे सर्व गुणदोषांसह, स्वीकारायला शिकणे फार महत्त्वाचे आहे. यालाच "आपुलकीची भावना" असे म्हणतात.

प्रत्येक वेळी लोक आणि परिस्थिती हे दोन्ही सारखेच नसते. व्यक्तीनिहाय त्यात बदल होत असतो. आपण जर विशिष्ट प्रकारच्या परिस्थितीचा किंवा लोकांचा आपल्याभोवती कोंडाळा असावा, असा हट्ट धरून बसलो तर आपल्याला भिन्न स्वभावाच्या नवीन माणसांचा आणि परिस्थितीचा सहवास लाभणारच नाही आणि त्यामुळे आपल्या अनुभवात वाढच होणार नाही.

प्रत्येक वेळी आपल्याला आवडीचीच माणसे भोवताली असतील, असे नाही. पत्नी, व्यवसायातील भागीदार, आपली मुले, आपले गुरुजन, राजकीय

नेते इत्यादी सर्व जण भिन्न स्वभावाचेच असतील, हे आपण गृहीत धरायलाच हवे.

अनेकदा असाही अनुभव येतो की, कितीही प्रयत्न केले तरी एखादी गोष्ट आपल्या मनासारखी होत नाही. उदाहरणच द्यायचे झाले तर 2017 मध्ये जर्मनीतील हॉम्बर्ग येथे झालेल्या जी-२० परिषदेचे देता येईल. या परिषदेला सुरुवात होण्यापूर्वी भारत आणि चीन यांच्यात डोकलामच्या मुद्द्यावरून वाद निर्माण झाला होता. उभय देशांचे सैन्य एकमेकांसमोर उभे ठाकले होते. परिषदेला भारत आण चीन या दोन्ही देशांचे सर्वोच्च नेते उपस्थित होते. परिस्थिती तणावपूर्ण होती. मात्र, भारताच्या पंतप्रधानांनी अत्यंत प्रेमाने चीनच्या अध्यक्षांशी हस्तांदोलन करत चर्चेची दारे अजूनही खुली असल्याचा संदेश आपल्या देहबोलीतून दिला. त्यामुळे पुढे काही काळातच भारत आणि चीन यांच्यातील तणाव मिटला.

"विरोधाने परिस्थिती चिघळते, हातातून निसटते. मात्र, आपुलकीने परिस्थिती निवळते", हे जीवनाचे एक अत्यंत महत्त्वाचे तत्त्व आहे.

परिस्थिती आणि लोकांचा आपण आहे त्या स्थितीत स्वीकार केला आणि त्यांच्याबरोबर काम केले तर त्या परिस्थितीचा, समस्यांचा किंवा लोकांचा आपल्यावर प्रतिकूल परिणाम होणार नाही. आपल्याला कदाचित जीवनातील परमोच्च आनंद आणि समाधान त्यातून प्राप्त होईल.

उद्दिष्टपूर्ती योजना

१. अशा लोकांची नावे लिहा की तुम्ही ज्यांचा ते आहेत तसा, म्हणजे सर्व गुणदोषांसह, स्वीकार कराल. तुमच्यातील या सुधारणेविषयी ३ लोकांना सांगा.

व्यक्ती १:

व्यक्ती २:

व्यक्ती ३:

२. अशा परिस्थितींची यादी करा की ज्यात तुम्ही ती टाळण्याऐवजी परिस्थितीचा स्वीकार करून त्यात सुधारणा करण्याचा प्रामाणिक प्रयत्न केला असता. यासंदर्भात २ लोकांना सांगा.

परिस्थिती:

i.

ii.

शेअरिंग

i.

ii.

३. "जीवनाचा आहे तसा स्वीकार करणे" ही परिवर्तनाची सुरुवात आहे. वरील प्रकरणावरून तुम्ही काय बोध घेतला? कृपया उदाहरणे द्या.

i.

ii.

सूत्र ११
सेवा आणि दानशूरतेचा भाव

"यशाची पूरेपूर किंमत अदा करावी लागते आणि तीही वेळेआधी. तसेच वेळ, पैसा आणि कटिबद्धता यांच्या स्वरूपात ही किंमत मोजावी लागते", असे म्हटले जाते.

यशासाठी किंमत मोजण्याची ज्यांची तयारी असते त्यांना जीवनात कामयच यश मिळते, हे आपण पाहिले आहे. मात्र, ज्यांना आपली कातडी वाचवून म्हणजेच काठावर राहून यश मिळवायची इच्छा असते ते लोक जीवनात कधीच यशस्वी होऊ शकत नाहीत, समजा काही चत्मकाराने त्यांना यश मिळालेच तरी ते तकलादू आणि अल्पकाळ टिकणारे असते.

अलीकडेच एका प्रख्यात भारतीय कंपनीचा जपानी कंपनीबरोबर करार झाला. त्यानुसार भारतीय कंपनी जपानी कंपनीला १.२ अब्ज डॉलरची नुकसानभरपाई देणे लागत होती. परंतु भारतीय कंपनीच्या नव्या अध्यक्षाने त्यास सपशेल नकार दिला. त्यानंतर काही कालावधीतच त्या नव्या अध्यक्षाला कंपनीचा राजीनामा द्यावा लागला. संबंधित भारतीय कंपनी जपानी कंपनीला जे देणे लागत होती ते देण्यास कंपनीच्या अध्यक्षानेच टाळाटाळ केल्याने त्याला बाहेरचा रस्ता दाखविण्यात आला.

त्या भारतीय कंपनीच्या अध्यक्षाने दोन्ही कंपन्यांचे हित कशात आहे, हे जाणून उभयतांना लाभ होईल, अशा प्रकारचा व्यवहार केला असता तर कंपनी आणि अध्यक्ष या दोन्हींवर आज ही नौबत आली नसती. उलटपक्षी त्या व्यवहारानंतर भविष्यात अनेक जॉइंट व्हेंचर्सही अस्तित्वात आले असते. त्यातून मोठ्या प्रमाणात परदेशी गुंतवणूक भारतात आली असती आणि अत्याधुनिक असे जपानी तंत्रज्ञानही देशात येऊन "मेक इन इंडिया"ला अधिक प्रोत्साहन मिळाले असते. यातून एकच बोध घ्यावा आणि

तो म्हणजे आपल्याला इतरांकडून किंमत हवी असेल, मान हवा असेल तर आपणही तो इतरांना द्यायला शिकले पाहिजे. शाश्वत यशासाठी "सेवाभाव आणि दानशूरपणा" हे दोन स्वभाव अंगी असणे अगत्याचे आहे.

उद्दिष्टपूर्ती योजना

१. कृपया अशा तीन लोकांची/गटांची नावे लिहा ज्यांच्याबरोबर तुम्ही तुमचा विकास साधू शकाल.

    अ. सेवाभावी वृत्ती

        i.

        ii.

        iii.

    ब. धन्यवाद देण्याची वृत्ती

        i.

        ii.

        iii.

२. या सुधारणेसंदर्भात तीन नव्या लोकांना/गटांना सांगा

    i.

    ii.

    iii.

३. "ऊर्जेची निर्मिती केली जाऊ शकत नाही आणि ती नष्टही केली जाऊ शकत नाही, ती या केवळ अदलाबदल करता येऊ शकते".

अशा कोणत्या वस्तू किंवा सेवा आहेत ज्यांच्या बदल्यात तुम्हाला हव्या असलेल्या वस्तू व सेवा द्यायला तयार व्हाल? कृपया माहिती द्या.

    i.

    ii.

    iii.

सूत्र १२
कृतज्ञता

• •

"मॅजिक" नावाचे एक पुस्तक आहे. या पुस्तकात जादू कशी करावी, यासंदर्भात माहिती देण्यात आली आहे. मात्र, त्यात एक छान सांगितले आहे, तुम्हाला तुमच्या जीवनात जादू घडावी, असे जर मनापासून वाटत असेल तर तुम्ही कायम स्वतःला, तुमच्या भोवतालच्या वातावरणाला आणि तुमच्या लोकांना धन्यवाद द्यायला हवेत. अशा प्रकारचा कृतज्ञ भाव तुमच्यामध्ये असेल तर नक्कीच यश तुमच्याकडे स्वतःहून चालत येईल.

साधारणतः आपल्याकडे ज्या गोष्टीची कमतरता हे त्याच्या पूर्तीसाठी आपण झटत असतो. प्रत्येकजण या ध्येयाने झपाटलेला असतो. मात्र, आपण थोडी उसंत घेऊन विचार केला, आपल्यामागे असलेल्या आशीर्वादाच्या पाठबळाकडे पाहिले तर चमत्कारासाठी वाव निर्माण होतो आणि त्यातून आपल्याला चांगल्या लोकांची संगत प्राप्त होऊन आपल्या जीवनातही चांगली परिस्थिती निर्माण होते.

आपल्याला आयुष्यात जर खूप पैसे कमवायचे असतील तर संपत्तीनिर्माणात आपल्याला मदत करणा-या सर्व लोकांचे आपण धन्यवाद मानायला सुरुवात करायला हवी.

निरोगी व्हायचे किंवा राहायचे असेल तर स्वयंपाकी, खाद्यपदार्थांची विक्री करणारा, दूधवाला, शेतकरी आणि योग शिक्षक इत्यादी लोकांचे आपणधन्यवाद मानायला हवे.

आपल्याला जर शांततामय जीवन हवे असेल तर ज्यांनी आपल्याला ध्यानधारणेची विद्या दिली त्यांचे आभार मानायला सुरुवात करा. तसेच ज्यांनी आपल्याला सातत्याने चिथावण्याचा प्रयत्न केला आणि तरीही आपण

शांत राहिलो, अशा चिथावणीखोर लोकांचेही आपण कायम आभार मानायला हवेत.

लोक आपल्याशी कसे वागतात किंवा कसे वागले होते, हे लक्षात न ठेवता आपण प्रत्येकाप्रति आभारी राहिलो तर नक्कीच आपले इतरांशी उत्तम संबंध राहतील आणि हेच लोक आपल्याला जीवनात पुढे जाण्यासाठी अधिकाधिक मदत करतील आणि आपण एक गुणवत्तापूर्ण जीवन जगण्यासाठी सज्ज होऊ.

संतुष्ट आणि असंतुष्ट अशा दोन गटांमध्ये लोकांची विभागणी केली जाऊ शकते.

आपल्याला जे काही मिळाले आहे, त्यासाठी सतत देवाचे आभार मानत राहणारे लोक पहिल्या गटात असतात तर आपल्याकड जे नाही, त्यासाठी सातत्याने कोसत राहणारे लोक दुस-या गटात असतात. आपला समावेश दुस-या गटात व्हावा, असा कृपया कोणीही प्रयत्न करू नका, अशी माझी तुम्हाला विनंती आहे. कारण दुस-या गटातील लोकांना स्वतःविषयी कायम न्यूनगंड असतो. आपण कोणीतरी शापित व्यक्ति आहोत, अस ते त्यांना सतत वाटत असते. त्यामुळे अशा गटातील लोक सतत स्वतःची तुलना इतरांशी करत राहतात आणि त्यातूनच ते स्वतःला कमनशिबी समजायला लागतात. आपल्याला आलेले अपयश दुस-यांनी केलेल्या चुकांमुळे आपल्याला भोगावे लागत आहे, असे त्यांना वाटत राहते आणि ते सतत दुस-यांना दोष देत राहतात. आपल्या दशेसाठी देवालाही दोष द्यायला ते कचरत नाहीत. अनेकदा चांगली चांगली माणसेही या जाळ्यात अडकतात. अशा परिस्थितीत फसत न जाता पुन्हा आपली गाडी रूळावर आणण्याचे प्रयत्न करणे हे अशा चांगल्या लोकांचे पहिले लक्ष्य असायला हवे आणि त्यांनी त्यासाठी देवाचे आभार मानायला सुरुवात करायला हवी. असे केल्याने खात्रीने त्यांच्या जीवनात लगेचच स्थिरता येईल. माझ्या नात्यातल्याच एका मुलीची गोष्ट सांगतो. तिच्या वडिलांच्या निधनानंतर ती मुलगी सतत दडपणाखाली राहू लागली. तिची वाटचाल दुस-या गटातील लोकांकडे सुरू झाली होती. मी तिला तिच्या जीवनात आलेल्या स्थित्यंतराकडे सकारात्मक दृष्टीने पाहण्यास सांगितले. त्यासाठी तिला प्रोत्साहन दिले. तिने त्वरेने पहिल्या गटात यावे

यासाठी मी तिला मदत केली. आता परिस्थितीत फरक पडू लागला असून ती लवकरच आमच्या घरातील पहिली अभियंता मुलगी ठरणार आहे.

तरुणाई: आपल्या आई-वडिलांनी आपल्याला जन्म दिल्यानंतर त्यांचे कर्तव्य संपले, असे तरुण समजतात. परंतु त्यानंतर आई-वडिलांनी तुमच्यासाठी जे केले, ते बोनस होते. तुम्ही कधी त्या दृष्टीने आई-वडिलांकडे पाहिले का? त्यांनी आपल्या पालनपोषणासाठी किती खस्ता खाल्ल्या आहेत, याचा तुम्ही कधी विचार केला आहे का?

उद्दिष्टपूर्ती योजना

१. तुम्ही अशा १० लोकांची/गटांची नावे लिहा ज्यांच्या कामाची तुम्ही या आठवड्यात प्रशंसा कराल आणि त्यांच्याप्रति कृतज्ञता व्यक्त कराल.

i.

ii.

iii.

iv.

v.

vi.

vii.

viii.

ix.

x.

२. तुम्ही आज ज्या ज्या लोकांना भेटलात त्यांचे तुम्ही आभार मानले का किंवा त्यांची स्तुती केली का, भलेही तसे करताना तुम्हाला कसेनुसे झालेले असेल. कृपया खाली त्यांचा उल्लेख करा:

i.

ii.

iii.

३. तुमच्यात झालेल्या सुधारणेविषयी ३ लोकांना/गटांना सांगा.

   i.

   ii.

   iii.

४. "जे आपल्या वाट्याला आले आहे त्याबद्दल समाधानी असणे, ही जगातील सर्वांत मोठी देणगी आहे". त्याची तुमच्या जीवनात अंमलबजावणी कशी कराल?

सूत्र १३

संवादकौशल्यातून बदल घडवून आणणे

तुम्हाला जर कर्तबगार, यशस्वी आणि सक्षम व्यक्ती म्हणून जीवनात वाटचाल करायची असेल तर पहिल्या प्रथम निंदा करणे सोडा. चुकूनही कोणाच्या मागे कोणाचीही निंदा करू नका. साधारणतः असे आढळून येते की, यशस्वी आणि कर्तबगार व्यक्तीची त्याच्या पश्चात निंदा केली जाते. त्याला नावे ठेवली जातात. अशा निंदा करणा-या लोकांपासून स्वतःला दूर ठेवा. कारण अशा निंदकांमध्ये आत्मविश्वासाचा अभाव असतो. त्यातच संवाद आणि निरोगी संबंध यांच्या अभावामुळे लोकांचा विकास खुंटतो.

या ठिकाणी मला माझा अनुभव कथन करायला आवडेल. माझ्या कारकीर्दीच्या सुरुवातीची गोष्ट आहे. तेव्हा मी टाटा समूहात होतो. कंपनीतल्या माझ्या वरिष्ठांविषयी त्यांच्या पश्चात मी अनेकदा काहीबाही बोलायचो. माझ्या वरिष्ठांपर्यंत ही गोष्ट पोहोचली. त्यामुळे माझ्या व त्यांच्या संबंधात दरी निर्माण झाली. वरिष्ठांशी चांगले संबंध नसल्याने अर्थातच त्याचा परिणाम माझ्या कारकीर्दीवर झाला.

अशा परनिंदेमुळे तुमचे संबंध खराब तर होतातच शिवाय तुम्ही ज्या संघात काम करत असता तेथील विश्वासाची पातळीही घसरते आणि त्यामुळे कामाच्या गुणवत्तेवर त्याचा परिणाम होतो. असे होऊ नये अशी जर प्रामाणिक इच्छा असेल तर संबंधित व्यक्तीशी थेट संवाद साधून मनातील किल्मिषे काढणे केव्हाही इष्ट.

खरे तर निंदा हा आपणा सर्वांचा "राष्ट्रीय आजार"च आहे जणू. त्यामुळेच आपल्या संपन्नता आणि संस्कारांमध्ये छेद निर्माण होऊन आपल्या विकासात अडचणी निर्माण होतात. त्यामुळे या राष्ट्रीय आजारापासून स्वतःची मुक्तता करून घेणेच चांगले ठरेल.

आणखी एक महत्त्वाचा घटक म्हणजे आपली भाषा! आपण दुस-याशी संवाद साधताना भाषेचा वापर कसा करतो, त्यासाठी कोणते शब्द वापरतो याला फार महत्त्व आहे. तुम्ही बारकाईने निरीक्षण केले तर यशस्वी व्यक्तींकडे नेहमीच भिन्न शब्दभांडार असल्याचे तुम्हाला आढळून येईल. तुम्ही जर पंतप्रधान नरेंद्र मोदी, भारतरत्न सचिन तेंडुलकर, महेंद्रसिंह धोनी, अमिताभ बच्चन वा तत्सम कोणाही दिग्गजांचे बोलणे पाहिले वा ऐकले तर तुम्हाला त्यांच्या बोलण्यातून, भाषेतून पुढील तीन गोष्टी प्रकर्षाने जाणवतील:एकनिष्ठा, जबाबदारी आणि उदारता. आपल्यालाही या तीन गोष्टींचा अंतर्भाव आपल्यात करता येईल का, याचा आपण सातत्याने विचार करायला हवा.

उद्दिष्टपूर्ती योजना

१. कृपया अशा ५ लोकांची नावे द्या ज्यांच्या पश्चात तुम्ही त्यांची निंदा केली आहे.

   i.

   ii.

   iii.

   iv.

   v.

२. त्यांच्याशी संवाद साधा आणि त्यांची माफी मागून आपण पुन्हा असे करणार नाही, असे त्यांना सांगा. तुम्हाला हे असे करणे कदाचित जड जाईल परंतु तसे केल्याने तुमच्यावरील ताण हलका होईल. तुमच्या या साहसाची माहिती दोन लोकांना द्या.

   i.

   ii.

   iii.

३. तुम्ही जेव्हा त्यांच्याशी संवाद साधला त्यावेळी तुमचा संवाद उदार आणि जबाबदार होता का? तुमच्यातील संवादाची उदाहरणे ३ लोकांना सांगा.

औदार्य:

i.

ii.

जबाबदारी:

i.

ii.

४. तुमचा संवाद

अ. तुमच्या स्वतःसाठी आणि इतरांसाठी त्यातून काही संभाव्यता निर्माण झाली का. कृपया त्यांची नावे द्या.

i.

ii.

iii.

ब. तुमचा संवाद इतरांना कृतीसाठी उद्युक्त करतो का? कृपया उल्लेख करा.

i.

ii.

iii.

क. त्यातून तुमच्या आणि इतरांच्या जीवनात काही सकारात्मक बदल झाला का? कसा?

i.

ii.

iii.

ड. तुमच्या आणि इतरांच्या कटिबद्धतेच्या पातळीत वाढ झाली का? कटिबद्धतेच्या वाढलेल्या पातळीमुळे आलेल्या परिणामांची माहिती द्या.

    i.

    ii.

    iii.

५. तुमच्या आयुष्यातील ३ अशा यशस्वी लोकांची यादी करा ज्यांच्या भाषा आणि शब्दभांडारातून तुम्हाला खूप काही शिकायला मिळाले.

    i.

    ii.

    iii.

६. "जबाबदारी म्हणजे काही ओझे नाही. ती एक तुम्हीच स्वतःला दिलेली देणगी आहे". जीवनाच्या कोणत्या क्षेत्रात आता तुम्हाला अधिक जबाबदारीने वागायची इच्छा आहे?

    i.

    ii.

    iii.

सूत्र १४
तक्रारींच्या पलीकडे जाणे

जेव्हा गोष्टी आपल्या मनासारख्या होत नाही त्यावेळी आपण त्यासाठी कारणे देऊ लागतो. इतरांच्या तक्रारी करू लागतो. आलेल्या अपयशासाठी स्वतःला तर दोष देऊ लागतोच शिवाय इतरांनाही त्यासाठी कारणीभूत ठरवू लागतो. थोडक्यात आपण आपले मानसिक स्वास्थ्य गमावून बसतो. आपण लोकांविषयी ज्या तक्रारी करतो त्यांना आपण 'जैसे थे' परिस्थितीसाठी कारणीभूत ठरवू लागतो. उदाहरणार्थ, जेव्हा संपूर्ण देश गरिबी, भ्रष्टाचार, बेरोजगारी अशा नाना त-हेच्या अडचणींचा एकत्रितपणे सामना करत असतो त्यावेळी विरोधी पक्ष सरकारवर सातत्याने टीका का करत असतात? कारण विकासापेक्षा विरोध करणे जास्त महत्त्वाचे आहे, असे विरोधकांना वाटत असते. अशा प्रकारे आपल्या तक्रारीच आपल्या आनंदाचा गळा घोटतात आणि आपण अधिकाधिक निस्तेज आणि अनुत्पादक होत जातो. विरोधकांच्या या अप्पलपोट्या स्वभावामुळेच आज देशातील प्रमुख विरोधी पक्ष क्षीण झाले आहेत.

हे झाले देशाच्या पातळीवर. परंतु वैयक्तिक पातळीवरही आपण खूप तक्रारखोर होत चाललो आहोत. तक्रारींच्या यादयाच आपण खिशात घेऊन फिरत असतो. घरी, दारी, समाजात जिथे जाऊ तिथे आपण तक्रारींचा पाढा वाचत असतो. परंतु आपण योग्य माणसाकडे तक्रार करायला कमी पडत असतो आणि म्हणून आपल्या तक्रारी योग्य ठिकाणी न पोहोचल्याने आपल्याला अडचणी सहन करत बसावे लागते. त्यामुळे सतत तक्रारी करत राहणे हा आपला "राष्ट्रीय आजार" आहे, याचा पुनरुच्चार करावासा वाटतो.

आपल्या या तक्रार संस्कृतीला आपणच आळा घालायला हवा. तक्रारखोर स्वभावाला सोडचिठ्ठी दयायला हवी आपण. परंतु त्याचा त्रास आपल्यालाच

सहन करावा लागेल. हे म्हणजे आपण विष प्यायचे (तक्रारी आपल्याकडेच ठेवणे, इतरांना न सांगणे) आणि इतरांनी मरायचे, अशातला प्रकार झाला. मात्र, त्याचा आपल्या आरोग्यावर परिणाम होतो. आपण निस्तेज होऊन आपल्या कार्यक्षमतेवर परिणाम होतो. ही हानी भरून काढण्यासाठी आपण स्वहस्ते सर्व तक्रारी लिहून काढाव्यात आणि इतरांनाही त्यांच्या तक्रारी, दुःख, अडचणी लिहून काढण्यास उद्युक्त करावे. तक्रारी लिहून झाल्या की मग त्यातून वस्तुस्थिती आणि अन्वयार्थ यांचे विलगीकरण करावे. तक्रारींमधील वस्तुस्थिती फारच मर्यादित असून त्या सहजतेने हाताळता येण्याजोग्या असल्याचे त्यातून आपल्याला आढळून येईल. आपण केलेल्या विश्लेषणातून तक्रारींच्या अन्वयार्थाला सहजपणे बाजूला सारता येईल कारण तो फापटपसारा असून त्यात तथ्य नसल्याचे आपल्या लक्षात येईल. तक्रारींमधील वस्तुस्थिती जाणून घेऊन त्याविषयी काही ठोस कारवाई करता येईल का, हे आपण पाहू शकतो. या सर्व प्रक्रियेचे फलित म्हणजे तक्रारखोरीचा आपल्याला होणारा त्रास कमी होणे!

यातून एक फायदा असा होईल की, आपण अडचणी, तक्रारींतून मार्ग काढण्यासाठी इतरांना या कार्यात सहभागी होण्यासाठी प्रोत्साहित करून काही तरी ठोस कारवाई करण्याइतपत सक्षम होऊ शकू. हे गुण आपण आपल्या अंगी बाणवले तर तक्रार निवारणाच्या किंवा पेचप्रसंग हाताळण्याच्या आपल्या क्षमतेत वाढ होईल. आपली मानसिक शांतता पुन्हा स्थिरावेल आणि आपण पुन्हा एकदा उत्पादक होऊ. या सार्वत्रिक प्रयोगातून आपल्या देशाचा मानव विकास निर्देशांकही उसळी घेईल, यात शंका नाही.

तरुणाई: शिक्षक, व्यवस्थापन, विषय, सरकार आणि क्लायंट्स यांच्याबाबत तक्रारी करून काही उपयोग होत नाही. आपण जन्मजात विजेते असल्यामुळे आपण चमत्कार घडवू शकतो. इतरांनी आपल्यासाठी काही करावे, अशी इच्छा ठेवणेच मुळात गैर आहे. त्यात काही तथ्य नाही. त्यामुळे आपल्या मनात तळ ठोकून बसलेल्या तक्रारी आपण शोधून काढत त्यावर तोडगे काढून त्यांना आपल्या मनातून कायमस्वरूपी हद्दपार करायला हवे.

उद्दिष्टपूर्ती योजना

१. कृपया तुम्हाला तुमच्याविषयी किंवा इतरांविषयी असलेल्या तक्रारींचा उल्लेख करा.

   अ. स्वतःविषयी:

      i.

      ii.

      iii.

      iv.

      v.

   ब. इतरांविषयी:

      i.

      ii.

      iii.

      iv.

      v.

      vi.

२. तुम्हाला काय कष्ट पडले? कृपया सविस्तर लिहा आणि वस्तुस्थिती व अन्वयार्थ यांचे विलगीकरण करा.आपल्याला ज्या गोष्टीने दुःख होईल, अशा गोष्टींमध्ये आपण फार गुंततो त्यामुळे त्या टाळण्याकडे लक्ष देणे गरजेचे आहे, हे लक्षात असू द्या.

   अ. कष्ट: कृपया १२० शब्दांत लिहा.

____

____

____

____

तथ्य: ४० शब्द

ब.   तथ्याचा सामना करणे अगदी सोपे आहे. वरील प्रक्रियेमुळे तुम्हाला
      मिळालेल्या स्वातंत्र्याविषयी लिहा आणि तुमची पुढील कृती काय
      असेल तेही लिहा.

      i.

      ii.

      iii.

३. अशा व्यक्तींची नावे लिहा की, तुम्ही त्यांना माफ करू शकाल. हे कठीण असले तरी, लिहा.

i.

ii.

iii.

४. तक्रारींच्या पलीकडे गेल्यामुळे तसेच मतभेद दूर करण्यात यश आल्याने तुम्हाला अनुभवाला आलेल्या तीन लाभांचा उल्लेख या ठिकाणी करा.

अ. लाभ

i.

ii.

iii.

५. "आपल्या मार्गात कोणी अडथळ्यांची मालिका तयार करत असेल तर त्यांचे आपल्या जीवनातील महत्त्व खूप वाढते". अशा कोणत्या अडचणी आहेत ज्यांचे तुम्ही संधीत रुपांतर केले?

i.

ii.

सूत्र १५
श्रद्धा आणि सबुरी

विश्वास संपादन करणे आणि तो टिकवणे हे सर्वात आव्हानात्मक आहे. मात्र, विश्वास संपादन करून तो टिकविण्यात आपण यशस्वी ठरलो तर कोणतेही अशक्यप्राय आव्हान सहजसोपे होऊन जाते. त्यामुळेच विश्वासार्ह लोकांना त्यांना जे हवे असते ते सहज मिळते. मात्र, त्या पात्रतेपर्यंत पोहोचण्यासाठी आपण आपल्या "शब्दाचे आणि वचना"चे पालन काटेकोरपणे करायला हवे आणि ही प्रक्रिया आपल्याकडून सातत्याने घडत राहिली पाहिजे. त्यातच "जे आपण पेरतो तेच उगवते", या वैश्विक सत्य असलेल्या उक्तीवर आपण प्रगाढ श्रद्धा ठेवायला हवी. विश्वास संपादन करण्याचे आपण आटोकाट प्रयत्न केले तर त्याचे फळ नक्कीच आपल्याला मिळेल.

अनुकूल परिणाम प्राप्त करून घेण्याचा आणखी एक महत्त्वाचा घटक म्हणजे चिकाटी. सतत अपयश आले तरी जोपर्यंत अंतिम यश पदरात पडत नाही तोपर्यंत आपण चिकाटी ठेवायला हवी. आपले उद्दिष्ट आणि त्याच्या प्राप्तीसाठीचे आपण ठरवलेले निकष योग्य असतील तर आपण आपले प्रयत्न सोडता कामा नये. चिकाटी कायम ठेवावी. रात्रीच्या गर्भातच उद्याचा उषःकाल दडलेला असतो, हे आपण कायम स्मरणात ठेवायला हवे. तसेच "यशाकडे जाण्याचा मार्ग जेवढा खडतर असतो तेवढाच त्यावरील पांथस्थ कणखर होत जातो", हेही आपण लक्षात ठेवावे.

उद्दिष्टपूर्ती योजना

१. तुमच्या जुन्या कार्यशैलीमुळे घरी तसेच कामाच्या ठिकाणी तुमच्या नात्यांमध्ये आलेल्या दरीविषयी उल्लेख करा.

    i.

    ii.

    iii.

२. तुमची चूक असेल तर संबंधित व्यक्तीकडे त्या चुका मान्य करून त्यात सुधारणा करण्यासाठी तुम्ही काय कराल तसेच कोणते प्रेरणात्मक कार्य कराल?

    i.

    ii.

    iii.

३. तुम्हाला तातडीने निकाल कुठे हवे आहेत?तुम्ही उतावळे होऊन स्वतःचे आणि दुस-यांचेही नुकसान करत आहात का? अशा क्षेत्रांची यादी करा जिथे तुम्ही धीर धरून काम कराल.

    i.

    ii.

    iii.

    iv.

    v.

    vi.

४. तुम्ही धीर धरून वागता याचा अर्थ असा नाही की, तुम्ही आळशी आहात. अशी कोणती परिस्थिती असते ज्यात तुम्ही स्वतःला एखादे कार्य पूर्ण करण्यापासून रोखू शकता? कृपया सोदाहरण स्पष्ट करा आणि ते पूर्ण करण्यासाठी स्वतःला कालमर्यादा घालून घ्या.

    i.

    ii.

५. "अपयश तुम्हाला विदग्ध करत नाही. मात्र, तुम्ही हार पत्करू नये तसेच शिकण्यास कचरू नये आणि पुनःपुन्हा प्रयत्न करणे तुम्ही सोडू नये" जीवनाच्या कोणत्या टप्प्यावर तुम्ही प्रयत्न करणे सोडून दिले? तुम्ही नव्याने सुरुवात कराल का? केस ते कृपया स्पष्ट करा.

    i.

    ii.

सूत्र १६
चित्ताची एकाग्रता

सध्याचे जग अत्यंत वेगवान आहे. या वेगवान जगात आपला टिकाव लागावा म्हणून प्रत्येक जण झटत असतो. त्यासाठी अनेकदा वेळ तसेच स्रोत कमी पडतात. तरीही अमर्याद अशा ध्येयांच्या आणि इच्छा-आकांक्षांच्या मागे पळण्याचा मोह लोकांना काही आवरत नाही. त्यामुळे अनेकदा तणाव आणि आजार निर्माण होतात. त्यातच आपण जर आपली ऊर्जा वाया घालवत बसलो आणि आपले चित्त एकाग्र केले नाही तर आपल्या ध्येयाची प्राप्ती करणे खरोखर कठीण होईल.

आता प्रश्न असा निर्माण होतो की, आपण आपले चित्त एकाग्र कसे करायचे?एकाचवेळी फक्त २ किंवा ३ मुख्य ध्येयांची निवड करणे हे आपल्यासाठी खूप महत्त्वाचे आहे. परंतु त्यातही केवळ एकाच ध्येयावर लक्ष केंद्रित करणे ही त्या क्षणाची गरज असते आणि हे आपण प्रत्येक क्षणी लक्षात ठेवायला हवे. त्यातूनच आपल्याला "वर्तमानात" राहून "ध्यासकेंद्री" राहण्यास मदत मिळते.

आपला देश जगातील सर्वांत तरुण देश आहे. कारण आपल्या देशात १५ ते २९ या वयोगटातील तरुणांची संख्या तब्बल ३५ कोटी एवढी आहे. या तरुणवर्गाने केवळ एकाच गोष्टीवर आपले चित्त एकाग्र केले आणि दर दिवशी ते अगदी पूर्ण क्षमतेने आणि गुणवत्ता राखून पूर्ण केले तर दर दिवशी तब्बल ३५ कोटी उपलब्धी पूर्ण होतील. त्याचा अंतिम फायदा अर्थातच भारताला होईल आणि आपण अगदी अल्पावधीत विकसित राष्ट्र म्हणून उदयाला येऊ.

आता आपण नेमके कशावर लक्ष केंद्रित करावे, हा प्रश्न आहे.

आपण योग्य गोष्टींवर लक्ष केंद्रित करत आहोत का? केवळ पैसा कसा कमवायचा या एकाच गोष्टीची आपण सतत चिंता केली पाहिजे का? की, समाजाला आणि देशाला आवश्यक असलेल्या वस्तू आणि सेवांच्या उत्पादनावर आपण आपले लक्ष केंद्रित करायला हवे? आपण जर अशा वस्तू आणि सेवांच्या उत्पादकतेवर लक्ष केंद्रित केले आणि त्यांना समाजासाठी समाजसेवेच्या रुपात सादर केले तर त्यातून आपल्याला चांगले निष्कर्ष नक्कीच मिळतील.

या ठिकाणी अर्जुनाचे उदाहरण अगदी चपखल बसते. त्याने आपले सर्व लक्ष पक्ष्याच्या डोळ्यावर केंद्रित केले होते. त्याला झाड, झाडाच्या फांद्या, पाने इत्यादींपैकी काहीही दिसत नव्हते. त्यामुळेच अर्जुनाला अचूक लक्ष्यभेद करता आला आणि म्हणून तो आर्यावर्तातला सर्वश्रेष्ठ धनुर्धर बनू शकला.

उद्दिष्टपूर्ती योजना

१. तुम्हाला जीवनातल्या कोणत्या क्षेत्रावर तुमचे लक्ष केंद्रित करायला आवडेल?

    i.

    ii.

    iii.

    iv.

    v.

    vi.

२. तुम्ही जीवनाच्या ज्या क्षेत्रावर लक्ष केंद्रित करायचे ठरवले आहे, त्यासाठी स्वतःमध्ये सुधारणा करण्याच्या दृष्टीने काय पावले उचलली आहेत. कृपया य।विषयीची माहिती तुम्ही तुमचे प्रशिक्षक, मित्र, पालक यांना सांगा.

अ. पावले

    i.

    ii.

    iii.

ब. कोणाबरोबर शेअर कराल:

    i.

    ii.

    iii.

३. "तुम्हाला अशक्य असलेल्यापेक्षा ज्या गोष्टी तुम्हाला शक्य आहेत, त्यावर तुम्ही किती एकाग्रपणे तुमचे लक्ष केंद्रित करता, यावर तुम्हाला मिळणा-या यशापशयाची टक्केवारी अवलंबून असेल". त्यासंदर्भातील ३ उदाहरणे द्या.

    i.

    ii.

    iii.

संकल्पशक्ती आणि दैवी गुणांचा समुच्चय

किताही अपयश आले तरी त्यामुळे खचून न जाता अडथळ्यांचा सामना करण्यासाठी सज्ज राहणे आणि यश संपादनासाठी सातत्याने प्रयत्न करत राहणे, हे तुमच्या इच्छाशक्तीचे प्रतीक आहे. मात्र, आपल्या इच्छाशक्तीच्या जोरावर आपले ध्येय साध्य करण्यापूर्वी आपण स्वतःला दैवी गुणांशी जोडून घेणे आवश्यक आहे. देवाशी जो करार आपण केला आहे त्याचे पालन काटेकोरपणे पालन करत आहोत का, आपण हा प्रश्न स्वतःला विचारायला हवा. आपण जसे नोकरीवर रुजू होताना आपल्या नोकरीदात्याशी (एम्प्लॉयर) करार करतो तसाच हा करार आहे, आत्म्याने परमात्म्याशी केलेला करार, अशा असंख्य करारांपैकी एक जो आपल्यासह इतरांनाही समृद्ध आणि सक्षम करतो. आपण आपल्या इच्छाशक्तीला ओळखून ती जर परमात्म्याशी जोडली तर आपल्या ध्येय प्राप्तीच्या मार्गात येणा-या प्रत्येक अडथळ्यावर आपण सहज मात करून पुढे जाण्यास सदैव सज्ज राहू. याबाबतीत आपण आपल्या डोळ्यांसमोर महात्मा गांधीजींचे उदाहरण ठेवू शकतो. त्यांनी प्रत्यक्षात स्वतःला परमात्म्याशी जोडून आपल्या संकल्पाला मूर्तरूपदिले होते.

भारताला स्वातंत्र्य मिळवून देणे हे त्यांच्या जीवनाचे एकमेव ध्येय होते आणि केवळ प्रबळ इच्छाशक्तीच्या जोरावर त्यांनी "सत्य" आणि "अहिंसा" या तत्वांच्या आधारे भारताला स्वातंत्र्य मिळवून दिले.

महात्मा गांधींनी तत्वांशी तडजोड केली नाही. सत्य आणि अहिंसेच्या मार्गाचा त्यांनी कधीही त्याग केला नाही. ज्यांचा अर्ध्या जगावर अंमल चालत होता, ज्यांच्या साम्राज्याचा सूर्य कधीही मावळत नव्हता अशा शक्तिशाली ब्रिटिश साम्राज्याशी "सत्य" आणि "अहिंसा" या तत्वांच्या आधारावर लढा देणे, हे अनेकांना अशक्यप्राय वाटत होते. अनेक जण साशंक होते. मात्र,

गांधीजींच्या इच्छाशक्तीसमोर ब्रिटिश राज्यकर्ते नतमस्तक झाले आणि भारत स्वतंत्र झाला.

दुसरे उदाहरण आहे योगी श्री परमहंस योगानंदजी यांचे त्यांनी त्यांच्या गुरूंच्या आज्ञेवरून अमेरिकेला प्रयाण करत १९१७ मध्ये अमेरिकेतील लॉस एंजेलिस या ठिकाणी आश्रमाची स्थापना करत त्या ठिकाणी त्यांनी योगविद्येचा प्रसार केला. आपल्या इच्छाशक्तीशी आणि परमेश्वरी शक्तीशी तादात्म्य पावल्यामुळेच परमहंसजींना हे कार्य शक्य झाले.

उद्दिष्टपूर्ती योजना

१. तुम्हाला ज्या ठिकाणी इच्छित परिणाम प्राप्त होत नाहीत त्या ठिकाणी तुम्ही स्वतःची परीक्षा घेऊ शकता. तुमची इच्छाशक्ती आणि परमेश्वरी शक्ती यांचा संगम झाला आहे का, हे तुम्ही तपासा. कृपया खाली उल्लेख करा.

i.

ii.

iii.

२. "तुम्ही जेव्हा निसर्गनियमांचे काटेकोर पालन करता त्यावेळी दिव्यता तुमच्या माध्यमातून अभिव्यक्त होत राहते."

तुम्हाला आलेला अनुभव या ठिकाणी नमूद करा. उदाहरण...

____

____

____

____

____

____

सूत्र १८
चुंबकीय नियम

आपले यश हे थेट आपल्या जीवनातील उद्दिष्टांना आकर्षित करण्याच्या आपल्या क्षमतांशी प्रमाणबद्ध असते. आपल्याला जीवनात नेमके काय साध्य करायचे आहे, हे आपल्याला पक्के माहीत असले आणि आपण त्यासाठी सज्ज असलो की, त्यासाठी आपोआप आपल्या जीवनात एक विशेष "स्थान" निर्माण होते. आपण आपल्या मनात आणि हृदयात जर आपल्या ध्येयासाठी विशेष "स्थान" निर्माण केले आणि त्यासाठी प्रामाणिक प्रयत्न केले तर नक्कीच ध्येय प्राप्तीसाठी आपण केलेल्या प्रयत्नांचे परिणाम त्या विशेष स्थानावर स्थानापन्न होतील, यात शंका नाही.

आपण जर सर्व यशस्वी लोकांचा बारकाईने अभ्यास केला तर आपल्याला त्यांच्यात एक गोष्ट समान आढळेल, ती म्हणजे त्यांचे चुंबकीय व्यक्तिमत्व! व्यक्तिमत्त्वात असलेल्या चुंबकीय शक्तीमुळे ही मंडळी चांगल्या गोष्टी आणि चांगले लोक यांना त्यांच्याकडे सहज आकर्षित करून घेतात. या चुंबकीय शक्तीचा नेमका उगम कुठे पावतो याचा शोध घेऊन तत्सम चुंबकीय व्यक्तिमत्व आपल्यात बाणवण्याचा प्रयत्न आपण करणार आहोत.

"निर्णायक संदर्भ" या वैश्विक नियमाचा या ठिकाणी उल्लेख करणे महत्त्वाचे आहे. माझे व्यक्तिमत्व चुंबकीय व्हावे, असा तुमचा ठाम निर्धार असेल तर तुम्हाला नक्कीच ते प्राप्त होईल. या ठिकाणी तुमचा अंतरंगीचा भाव महत्त्वाचा आहे. या चुंबकीय व्यक्तिमत्वाच्या निर्माणासाठी पुढील गोष्टींचाही तुम्हाला उपयोग होईल.

i. **विचार:** आपले आचार आणि विचार इतरांच्या सेवेसाठी, इतरांच्या समर्थनार्थ आणि इतरांसाठी उपयुक्त असायला हवे. संदर्भ निर्णायक

असतात, हे आपण जाणतोच. त्यामुळे आपले आचार-विचार कसेही असो त्याचे परिणाम आपल्याला जाणवू लागतात. त्यामुळे इतरांची सेवा करणे हे स्पष्ट उद्दिष्ट असेल तर लोक आपोआप आपल्याकडे आकृष्ट होण्यास सुरुवात होते आणि आपल्या हातून त्यांची सेवाही घडू लागते.

ii. **अन्न:** कच्चे, कमी तेलात शिजवलेले, कमी मसालेदार अन्नपदार्थ, फळे आणि शाकाहार इत्यादी आपल्याला चुंबकीय व्यक्तिमत्व विकसित करण्यात मदत करतात.

iii. **सत्संग:** आपल्या आवडत्या आणि आदर्श असलेल्या लोकांबरोबर वेळ व्यतित केला तर त्यांच्या सहवासाने आपल्या अंगातही या महान विभुतींचे सद्गुण उतरतात. त्यामुळेच आपल्या गुरुजनांच्या सहवासात जे विद्यार्थी वा लोक अधिकाधिक काळ राहतात त्यांना त्याचे लाभ लवकर प्राप्त होतात.

iv. **वर्तमानात जगणे:** सगळ्या कामांचीआपल्याला सदा सर्वकाळ घाई झालेली असते. मात्र, ही सवय त्यागत आपण आपल्या चित्तवृत्ती स्थिर ठेवून वर्तमानात राहिलो आणि अत्यंत नियोजनबद्ध रीतीने, कोणतीही घाईगर्दी न करता आपल्या ध्येयाच्या दिशेने वाटचाल करत राहिलो तर आपले व्यक्तिमत्व जादुई आणि चुंबकीय बनते. अशा लोकांना त्यांच्या अंतरंगाची पूरेपूर जाणीव असते आणि म्हणूनच त्यांच्या महानतेसाठई १०० टक्के तेच जबाबदार असतात. त्यामुळे इतरांना दोष देणे थांबवा, आपल्या अंतरंगात डोकवा आणि आपल्या हाती असलेल्या कार्यावर लक्ष केंद्रित करून त्याची तत्परतेने पूर्ती करा.

संत परमहंसयोगानंदजी यांनी यशप्राप्तीसाठी तीन मुख्य मुद्दे सांगितले आहेत. ते म्हणजे एकाग्रता, इच्छाशक्ती आणि चुंबकीय व्यक्तिमत्व. या तीनही मुद्द्यांचा आपण यापूर्वीच्या प्रकरणात उहापोह केला आहे.

उद्दिष्टपूर्ती योजना

१. तुम्हाला तुमच्या जीवनाच्या कोणत्या क्षेत्रात प्रबळ इच्छाशक्तीचा वापर करावासा वाटतो?

   i.

   ii.

   iii.

२. तुमचे व्यक्तिमत्व चुंबकीय झाले तर तुमच्या जीवनातील कोणत्या क्षेत्रावर त्याचा परिणाम होईल, असे तुम्हाला वाटते?

   i.

   ii.

   iii.

३. "नेतृत्व हे काही पद नाही की पदवी नाही तर ती एक कला असून लोकांना स्वेच्छेने एखाद्या कार्याला लावण्याची तुमची कितपत क्षमता आहे, हे ते जोखते."तुमच्या आयुष्यातील अशी ३ उदाहरणे द्या जेव्हा तुम्ही नेतृत्व करत होतात किंवा नेता बनण्याचा प्रयत्न करत होतात.

   i.

   ii.

   iii.

साहस आणि निरंतरता

आपल्या धर्मग्रंथ भगवद्गीतेत "साहसा"ला अनन्यसाधारण महत्त्व देण्यात आले आहे. या गुणाला गीतेमध्ये प्रत्येक मनुष्यप्राण्याचा प्रथम दैवी गुण असेही संबोधण्यात आले आहे. ज्याला इंग्रजीत "FEAR" असे संबोधले जाते त्या "फिअर"ला पुढीलप्रमाणे समजून घेता येऊ शकेल:

F - Fantasized कल्पना करणे

E - Experience अनुभव

A - Appearingजे वाटते ते

R - Real वास्तविक

भविष्यातील भयानक परिणामांची आपण कल्पना करू लागलो आणि ते खरोखरच घडणार आहेत, असे आपल्याला प्रकर्षाने वाटू लागले की, आपल्याला भयगंडाने ग्रासले असल्याचे समजून घ्यावे. त्याच्या उलट "निर्भीडता" आहे. भयग्रस्त होण्यापेक्षा आलेल्या संकटाचा धीरोदात्तपणे सामना करण्याची क्षमता म्हणजे "निर्भीडता" होय. आपल्या प्रत्येकाला कधी ना कधी कशाची ना कशाची भीती वाटत असतेच. परंतु आपण या भीतींना भीक न घालता आपल्या ध्येयाकडे वाटचाल करत राहिलो तर ९९.९ टक्के भीतीचे परिणाम उद्भवणारच नाहीत. मात्र, आपल्यातील अनेक जण असे करत नाहीत. उलटपक्षी होणा-या परिणामांची भीती बाळगूनच गर्भगळीत होतात आणि त्यामुळे योग्य ती कारवाई करण्यात अनेक जण कचरतात.

आपल्याला वाटणारी भीती अनाठायी असून हे सर्व आपल्या मनाचे खेळ आहेत. संकटावर मात करण्याची आपल्यात पूरेपूर क्षमता आहे, या

सगळ्याचे ज्ञान आपल्याला झाले की, मग आपण एक विजिगिषुव्यक्ती म्हणून झळाळून उठतो. या ठिकाणी मला माझेच उदाहरण द्यायला आवडेल. मी एका जगप्रसिद्ध सिमेंट कंपनीत रायपूर येथे कामाला होतो. परंतु माझा पगार काही पुरेसा नव्हता. कसाबसा माझा कौटुंबिक खर्च भागवायचो. मला माझ्या रायपूरमधील नोकरीच्या दिवसात भीती वाटू लागली. माझी पत्नी गृहिणी आहे (आयआयटीतून एम. टेकची पदवी प्राप्त केली असूनही तिने घर सांभाळण्यासाठी करिअरला महत्त्व दिले नाही) त्यामुळे माझ्यावरच संपूर्ण कुटुंबाची भिस्त होती. त्यामुळे मला अधिकच भीती वाटू लागली. माझी नोकरी मी गमावली तर माझे आणि माझ्या कुटुंबाचे काय होईल, ही काळजी मला सतावू लागली. परंतु मला एक दिवस साक्षात्कार झाला. मला वाटत असलेली भीती अनाठायी असल्याचे मला समजले. एकदा का व्यक्तीने ठाम निर्धार केला आणि आपल्या आवडीच्या क्षेत्रात स्वतःला झोकून दिले की, मग त्याला अगदी अनपेक्षित अशा ठिकाणावरून मदतीचे हात पुढे येऊ लागतात आणि त्या व्यक्तीच्या इच्छा पूर्ण करतात. मी जर माझे काम प्रामाणिकपणे ८ तास मन लावून केले तर यशापासून मला कोणीही वंचित ठेवू शकत नाही, हे मी जाणले. या विचारांतून मी सकारात्मक बनलो, माझ्या मनावरचा ताण हलका झाला आणि मी माझ्या नोकरीचा राजीनामा देऊन थेट मुंबई गाठली. लोकांना प्रशिक्षित करून त्यांना मार्गदर्शन करून त्यांच्या ध्येय प्राप्तीसाठी उद्युक्त करणे हे माझे आवडते काम होते. पहिल्यापासूनच मला त्याचे आकर्षण होते. मुंबईत आल्यानंतर मी माझी स्वतःची प्रशिक्षण संस्था सुरू केली मोठी स्वप्ने पाहा आणि त्यांची पूर्तता करा, हा मंत्र देणा-या माझ्या संस्थेतर्फे मी आजवर हजारो लोकांना प्रशिक्षित केले आहे. या कामाद्वारे राष्ट्रनिर्माणातही माझा खारीचा वाटा मी उचलत आहे.

साहस, निर्भीडता आपल्याला आपले ध्येय गाठण्यासाठी मदत करते. मात्र, आपण आपल्या ध्येयाकडे वाटचाल करेपर्यंत आपल्या मनात अपयशाची भीती घर करून बसलेली असते. ती भीती मनातून काढण्यासाठीच धैर्य कामाला येते. अनेकदा मोठ्या संधी लपूनछपूनच आपल्यासमोर येत असतात. अनेकदा आपल्याला त्यांचे खरे स्वरूप न कळता आपण त्याकडे एक अडचण

म्हणून पाहातो. आपली पहिली प्रतिक्रिया अपयशाची भीती, हीच असते. मात्र, आपण या भीतीवर मात करत प्रत्यक्ष कामाला सुरुवात केल्यानंतर आल्याला आपल्या साहसाचे, निर्भीडतेचे परिणाम दिसू लागतात.

उद्दिष्टपूर्ती योजना

१. अशा तीन क्षेत्रांची नावे द्या जिथे तुम्हाला काही कृती करताना खालील कारणांमुळे भीती वाटत होती आणि आता तुम्ही काय कृती कराल?

अ. अपयशाची भीती

i.

ii.

iii.

ब. वाईट दिसण्याची भीती

i.

ii.

iii.

क. नाकारले जाण्याची भीती

i.

ii.

iii.

२. "जोखीम नाही तर मजा नाही". आता तुम्ही कोठे जोखीम पत्कराल (प्राणघातक जोखीम नाही)? कोणते लाभ अपेक्षित आहेत?कृपया नमूद करा.

i.

ii.

iii.

सूत्र २०
तर्काच्या पलीकडचा आग्रह

तुमच्या यशाची उंची सरळ सरळ तुमच्या स्वतःच्या आणि दुस-यांच्या "तर्काच्या पलीकडचा आग्रह" करण्याच्या क्षमतेवर आधारलेली आहे.

तुम्हाला १००० कोटी रुपये व्यावसायिक उलाढाल असलेला उद्योजक बनायचे असेल तर तुम्हाला स्वतःशी अतार्किक राहावे लागेल. ऐषोआरामी, ऐदी जीवन जगून तुम्हाला यशस्वी व्याावसायिक वा जगातील आघाडीचा, प्रख्यात वगैरे उद्योजक (बिझनेस टायकून) बनण्याचे स्वप्न पाहता येणार नाही. तुम्हाला किमान १००० ग्राहकांकडे जाऊन त्यांना आपल्या उत्पादनाची महती पटवून द्यावे लागेल. त्यातील ९०० जणांचा नकारही तुम्हाला पचवावा लागेल आणि तरीही तुम्हाला सुहास्य वदन ठेवून आपले विहित कार्य सुरूच ठेवावे लागेल.

महात्मा गांधींचेच उदाहरण बघा ना. त्यांनी ब्रिटिशांना "चले जाव"चा इशारा दिला. त्याकाळी जगावर अधिराज्य गाजविणा-या ब्रिटिशांना देश सोडून जाण्याचा इशारा देणे म्हणजे मोठेच धाडस म्हटले जायचे. अगदी तर्काच्या पलीकडचा आग्रहच होता तो. सर्वशक्तिमान अशा ब्रिटिश सत्ताधा-यांचे आपण कायम गुलामच राहू, याची मानसिकता सर्व भारतीयांनी करून घेतली होती. मात्र, गांधीजींनी त्यांचा आग्रह सोडला नाही. त्यांना संपूर्ण देशासाठी स्वातंत्र्य हवे होते. सर्व भारतीयांना पारतंत्र्यातून मुक्त करायचे होते त्यांना. भारताचा आजवरचा सर्वाधिक कर्णधार महेंद्रसिंह धोनी याच्याबाबतही हेच उदाहरण लागू होते. धोनीने त्याच्या वडिलांना विनंती केली होती की, त्यांनी त्याला क्रिकेट खेळायची परवानगी द्यावी. ९ ते ५ या वेळेत नोकरी करण्याचा आपला पिंड नाही, क्रिकेटमध्ये कारकीर्द घडवण्याची इच्छा

असल्याचे धोनीने वडिलांना पुनःपुन्हा सांगितले. त्याच्या या अतार्किक विनंतीला वडिलांनी अखेरीस मान्यता दिली. आज आपण धोनीचे यश पाहतो आहेच. त्याने केवळ स्वतःचेच नव्हे तर आपल्या कुटुंबाचे आणि देशाचेही नाव उज्ज्वल केले.

मीही माझ्या सर्व भारतीय बांधांना असाच तर्काच्या पलीकडचा आग्रह करणार आहे. सर्व वाचकांनी हे पुस्तक आवर्जून वाचावे तसेच सर्व शाळांनी त्यांच्या अभ्यासक्रमात या पुस्तकाचा समावेश करावा. अगदी शाळेतील शिक्षकांपासून नववी ते पीएचडी पातळीपर्यंतच्या विद्यार्थ्यांना हे पुस्तक अवश्य द्यावे वाचायला. यातून प्रत्येक भारतीयात परिवर्तन घडत असून ते स्वतःच्या, कुटुंबाच्या, समाजाच्या आणि अंतिमतः देशाच्या प्रगतीत हातभार लावत असल्याचे स्पष्ट होईल. असे केल्याने आपल्या मानव विकास निर्देशांकात लक्षणीय सुधारणा होईल, याची मला खात्री आहे. आपली क्षमता आणि लोकांची उत्पादकता यात वाढ होईल आणि आपण लवकरच विकसित भारताचे नागरिक म्हणून ओळखले जाऊ.

उद्दिष्टपूर्ती योजना

१. अशा कोणत्या तीन गोष्टी आहेत ज्या तुम्हाला अगदी अशक्य वाटतात परंतु तरीही तुम्ही त्यांचा तर्कापलीकडेही आग्रह धराल?

    i.

    ii.

    iii.

२. "जेव्हा तर्काच्या पलीकडील आग्रह आणि निर्भीड प्रतिज्ञाहे एकत्र आले की, सर्व शक्यता प्रत्यक्षात उतरतात" वरील उद्दिष्टे पूर्ण करण्यासाठी तुम्ही कोणत्या प्रकारचे तर्कापलीकडीलआग्रह आणि निर्भीड प्रतिज्ञा कराल?

    i.

    ii.

    iii.

महान विचार आणि महान वचने

"छोटी स्वप्ने पाहणे हा गुन्हा आहे", असे आपले दिवंगत माजी राष्ट्रपती डॉ. एपीजे अब्दुल कलाम नेहमी म्हणत असत. मात्र, त्यातून आपण काहीही बोध घेतलेला दिसत नाही. आपण अजूनही छोटीच स्वप्ने पाहात आहोत.

या ठिकाणी "मॅजिक ऑफ थिंकिंग बिग", या पुस्तकाचा उल्लेख करणे महत्त्वाचे ठरेल. "तुम्ही जर मोठा विचार करण्याची सवय स्वतःला लावली तर खरोखरच तुमच्या आयुष्यात नक्कीच काही तरी मोठे घडेल", असे या पुस्तकात म्हटले आहे. परंतु अजूनही आपण मोठा विचार करायला शिकलेलो नाही.

आपण भारतीय फक्त आपल्यापुरता आणि आपल्या कुटुंबाकरता विचार करत बसलो तर नक्कीच आपण अजूनही छोटाच विचार करत आहोत. २०२२ पर्यंत भारताला विकसित राष्ट्र बनवायचेच, हा चंग जर आपण बांधला आणि त्या दिशेने कसून प्रयत्न केले आणि मोठा विचार करायला शिकलो तर आपण आपले उद्दिष्ट नक्कीच पूर्ण करू आणि खरोखरच येत्या दोन वर्षांत भारत जगातील विकसित देश बनलेला असेल.

तसेही आपण मागील प्रकरणात तर्काच्या पलीकडे आग्रह करण्याचे शिकलो. आपण नुसता असा अतार्किक आग्रह करून स्वस्थ बसता कामा नये. आग्रहपूर्तीसाठी निर्भीड आश्वासनांची गरज असते. विचारांना कठोर परिश्रमाची जोड असेल तरच आपले स्वप्न पूर्ण होऊ शकते. म्हणजेच साहसी, धाडसी वचने देणे आणि त्यांचे पालन करणे हे जर एकत्रितपणे वाटचाल करू लागले तर आपण नक्कीच कोणत्याही बिकट परिस्थितीवर सहज विजय प्राप्त करू शकू. मला पुन्हा एकदा माझा वैयक्तिक अनुभव या

ठिकाणी सांगावासा वाटतो. १९९२ची गोष्ट आहे. मी धनबादमध्ये आयआयटी अभियांत्रिकीचे शिक्षण घेत होतो. तापाने मी फणफणलो होतो. त्यामुळे मला स्टील ऍथॉरिटी ऑफ इंडिया लिमिटेड (सेल) या पोलादनिर्मिती करणा-या कारखान्यात नोकरी मिळू शकली नाही. त्यामुळे मी खूप निराश झालो. पुढे "टाटा स्टील" ही कंपनी आमच्या महाविद्यालयात कॅम्पस इंटरव्ह्यूसाठी आली. मला जर या मुलाखतीत यश नाही मिळाले तर कौटुंबिक खर्च पेलणे जड जाईल, अशी चिंता माझ्या पालकांना वाटत होती. "मुलाखतीमध्ये एकाच व्यक्तीची निवड होणार आहे आणि ती व्यक्ती मीच असेल",असे आश्वासन मी माझ्या पालकांना दिले. अर्थातच ते आश्वासन धाडसाचेच होते. आणि या ठिकाणी नमूद करायला मला अभिमान वाटतो की,टाटा स्टीलने कॅम्पस इंटरव्ह्यूमधून ज्या पाच जणांची निवड केली, त्यात माझे नाव पहिल्या क्रमांकावर होते.

शिक्षक: शिक्षकाने "माझा प्रत्येक विद्‌यार्थी चमकदार कामगिरी करेल", असे म्हणणे म्हणजे धाडसाचे असते.

उद्दिष्टपूर्ती योजना

१. तुम्हाला ज्या क्षेत्रात स्वतःचा विकास घडवायचा आहे, त्यासाठी तुम्ही देणार असलेल्या धाडसी आश्वासनांची यादी बनवा.

    i.   वचन १:

    ii.   वचन २:

    iii.   वचन ३:

२. "असामान्यमार्ग नेहमीच वाहतूककोंडीपासून मुक्त असतो." तुमच्या आयुष्यातील ३ अशा क्षेत्रांची नावे लिहा की, ज्यात तुम्हाला असामान्यमार्ग निवडायचा आहे.

    i.

    ii.

    iii.

सूत्र २२
परिपूर्णता आणि सर्जनशीलता

तुम्हाला जर स्वतःचा विकास साधायचा असेल आणि जीवनात विपुलता आणायची असेल तर तुमचा जीवनाकडे पाहण्याचा दृष्टिकोन सर्जनशील असणे महत्त्वाचे आहे. कारण सर्जनशील आणि नवनवोन्मेषाचा दृष्टिकोन असेल तरच तुम्ही जीवनात भव्यदिव्य ध्येयाची प्राप्ती करू शकता. मोबाइल, लॅपटॉप, ई-मेल, पेटीएम इत्यादी उत्पादने आणि सेवा सर्जनशीलता आणि नवनवोन्मेषाचीच उदाहरणे आहेत.

आपल्या शिक्षण पद्धतीतही सर्जनशीलतेला पुरेसे महत्त्व दिले जाणे गरजेचे आहे. आपल्या शाळेत, महाविद्यालयात, कार्यालयात, संस्थेत वा संघटनेत कोणी जर सर्जनशील उपक्रम राबवत असेल तर त्यांच्या या कार्याला "सर्वांत सर्जनशील विद्यार्थी", "सर्वांत सर्जनशील शिक्षक" किंवा "सर्वांत सर्जनशील अधिकारी" अशा प्रकारचे पुरस्कार देऊन प्रोत्साहन द्यायला हवे. आता प्रश्न असा आहे की, "सर्जनशीलता कशी वाढवावी आणि आपल्या लोकांना यात नेमके कोणते अडथळे येतात?"

या प्रश्नाची उत्तरे खालीलप्रमाणे आहेत:

जेव्हा आपल्यासमोर प्रलंबित कामांचा ढिगारा पडलेला असतो त्यावेळी आपण गोंधळतो, आपण कोणत्या कामापासून सुरुवात करावी, असा प्रश्न आपल्याला पडतो. त्यामुळे वैचारिक गोंधळ निर्माण होऊन आपल्यात सुस्पष्टता येत नाही. परिणामी सर्जनशीलता आपण गमावून बसतो.

असे होऊ नये असे वाटत असेल तर कामे प्रलंबित ठेवूच नका. कामे वेळच्यावेळी पूर्ण करण्याची सवय स्वतःला लावून घ्या. तसेच रोजच्या रोज स्वतःच्या मानसिक आणि भौतिक कच-याची साफसफाई

"]

करत जा. तसेच आपले जे प्रेरणास्रोत आहेत, आई-वडील, *त्यांच्याशी कायम संपर्कात राहा. त्यांच्याशी रोज संवाद साधत राहा.* मी एकदा विमा सल्लागारांच्या एका गटाला प्रशिक्षण देत होतो. त्यावेळी प्रशिक्षणार्थींपैकी एकाला त्याच्या वडिलांविषयी काही तक्रारी असल्याचे मला जाणवले. अधिक चौकशी करता कळले की, त्या व्यक्तीच्या वडिलांनी दोन लग्ने केली होती आणि त्यांना दुस-या पत्नीपासून झालेल्या मुलांचे जरा अधिक कोडकौतुक होते. त्या संबंधित व्यक्तीने आपल्या वडिलांबद्दल मनात असलेली किल्मिषे काढून टाकली आणि त्यांच्या गावी त्यांना तो भेटायला गेला. कैक वर्षांनी संबंधित व्यक्ती आपल्या वडिलांना भेटली. त्यानंतर त्या माणसाचे नशीबच बदलले आणि तो एक यशस्वी विमा सल्लागार म्हणून नावारूपाला आला. परिपूर्णता ही सर्जनशीलतेची पहिली अट असते. कारण आपल्या पालकांकडून आपल्याला सकारात्मक ऊर्जा प्राप्त होते असते आणि प्रलंबित कामांच्या पूर्ततेमुळे आपल्याला मोकळीक प्राप्त होऊन आपले मन ताजेतवाने आणि प्रसन्न राहते आणि आपल्याला आपोआपच नवनवीन कल्पना सुचू लागतात. कोणत्याही अडचणीवर वा अडथळ्यावर सर्जनशील तोडगा काढला तर त्याचा सकारात्मक परिणाम समष्टीवर होतो. इलेक्ट्रिक कार, सौरऊर्जेवर चालणारी कार, मंगळयान ही सर्जनशीलतेची काही उदाहरणे आहेत.

खास नवउद्यमी आणि उद्योजकांसाठी: परिपूर्ण आणि सर्जनशील उपक्रमांची निर्मिती करण्याची सवय स्वतःला लावणे खूप महत्त्वाचे आहे. कारण तरुण नवउद्यमी आणि उद्योजकांना रोजच्या रोज त्यांच्या ग्राहकांना वा एकूणच समाजाला आलेल्या अडचणींवर सर्जनशील तोडगा काढून पुन्हा आपले उत्पादन त्यांच्यासमोर ठेवायचे असते. हे चक्र जो यशस्वीरित्या पूर्ण करतो तोच खरा यशस्वी उद्योजक होय.

उद्दिष्टपूर्ती योजना

१. तुमचे घर, कार्यालय आणि गाडी या ठिकाणी काय कचरा (६ महिन्यांहून अधिक काळ न वापरलेल्या गोष्टी) आहे? त्यांची यादी करा आणि त्या कच-याची विल्हेवाट कधी लावणार याचाही उल्लेख करा.

i. घर:

ii. कार:

iii. कार्यालय:

२. तुम्हाला पूर्ण करायची आहेत अशा प्रलंबित कामांची यादी करा. प्रलंबित कामांच्या पूर्ततेसाठी कालमर्यादा आखून घ्या आणि त्यानुसार काम करा.

i.

ii.

iii.

३. तुमच्या आयुष्यातील कोणत्या क्षेत्रात तुम्ही सर्जनशील तोडगा सुचविण्यसाठी कटिबद्ध होतात, कधी? कृपया खाली उल्लेख करा.

i.

ii.

iii.

४. "भूतकाळात जाऊन पुन्हा नव्याने सुरुवात करणे अशक्य आहे परंतु आजपासून सुरुवात केली तर नक्कीच नवी अखेर तुम्हाला साधता येईल." तुमच्या जीवनाची अशी ३ क्षेत्रे सांगा ज्या ठिकाणी तुम्ही आजपासून नव्याने सुरुवात कराल.

i.

ii.

iii.

व्यायाम, प्रार्थना आणि ध्यानधारणा

आपल्याला निरोगी, आरोग्यसंपन्न जीवन जगायचे असेल तर व्यायाम आणि शारीरिक तंदुरूस्ती आत्यंतिक महत्त्वाचे आहे. "निरोगी शरीर हेच निरोगी मनाचे निवासस्थान" असे म्हटले जाते. आपले शरीर निरोगी असेल तर आपल्याला आपण केलेल्या कष्टाची, प्रयत्नांची फळे चाखता येतात तसेच जगातील सर्वोत्तमाचा आनंद उपभोगता येतो. तसेच गरज असेल तेव्हा अधिकाधिक विकास साधण्यासाठी तसेच यशसंपादनासाठी आपण अतिरिक्त प्रयत्नही करू शकतो.

त्याचप्रमाणे प्रार्थना आणि ध्यानधारणेमुळे आपला "भावनात्मक गुणांक" (इमोशनल कोशंट - ईक्यू) आणि "आध्यात्मिक गुणांक" (स्पिरिच्युअल कोशंट - एसक्यू) यांच्यात वृद्धी होते. कायमस्वरूपी यशासाठी आपल्याकडे बुद्ध्यांकाव्यतिरिक्त (इंटिलिजंट कोशंट - आयक्यू) ईक्यू आणि एसक्यू हे असणे गरजेचे आहे.

म्हणजेच प्रार्थना आणि ध्यानधारणा आपल्या मानसिक आणि आध्यात्मिक तंदुरूस्तीमध्ये सुधारणा करतात, हा बोध आपल्याला यातून होतो. एकदा का शरीर, मन आणि आत्मा एकरूप झाले की, मग आपले ईप्सित साध्य करण्यापासून आपल्याला कोणीही रोखू शकत नाही. आणि ईप्सित साध्य झाले की आपल्याला यशाचा निर्भेळ आनंद उपभोगता येतो.

थोडक्यात व्यायाम, प्रार्थना आणि ध्यानधारणा हे आपल्या आत्मविश्वासात वृद्धी करणारे तसेच आपल्या जीवनाच्या सर्व क्षेत्रांमध्ये आपली योग्यता वाढविण्याच्या कामातील महत्त्वाचे घटक आहेत.

उद्दिष्टपूर्ती योजना

१. तुम्ही दिवसभरातील कोणता १ तास व्यायामासाठी राखील ठेवला आहे? कृपया खाली त्याचा उल्लेख करा आणि तुम्ही करणार असलेल्या सर्व व्यायाम प्रकारांची तसेच त्यातून तुम्हाला मिळणार असलेल्या लाभांची कल्पना करा.

    i.

    ii.

    iii.

    iv.

    v.

२. "जगातील कोणत्याही गोष्टीपेक्षा तुम्हाला जर ध्यानधारणेत अधिक आनंद वाटला तर तुम्हाला देव गवसला." दिवसातून दोनदा तुम्ही किमान अर्धा तास प्रार्थना आणि ध्यानधारणा करा. तुम्ही सकाळ आणि सायंकाळची कोणती वेळ निवडली आहे, त्याचा उल्लेख करा.

    i.   सकाळची वेळ:

    ii.   सायंकाळची वेळ:

३. तुमच्या रोजच्या रहाटगाडग्याची नोंद या ठिकाणी करा.

    सकाळी

    i.   ४ ते ६

    ii.   ६ ते ८

    iii.   ८ ते १०

    iv.   १० ते १२

दुपारनंतर

i. १२ ते २

ii. २ ते ४

iii. ४ ते ६

iv. ६ ते ८

v. ८ ते १०

सूत्र २४
सत्य आणि प्रेम

कोणत्याही परिस्थितीत सत्याची कास न सोडता केवळ सत्यच बोलणे आणि निःस्वार्थ प्रेम व्यक्त करणे या दोन्ही सवयी आपल्या जीवनाला झळाळून टाकतात. आपल्याला एकमेवाद्वितीय बनवतात. आपण सत्यवादी आहोत, हे जसजसे इतरांना समजत जाते तसतशी आपली विश्वासाची पातळी वाढत जाते आणि लोक आपल्याला अधिकाधिक जबाबदारीची कामे देत जातात. जबाबदारीतून सत्ता येते, अधिकारवाणी येते तसेच सत्तेतून जबाबदारीही येते, हा क्रम आपल्याला माहीत आहे. भारतीय म्हणून आपण सर्वांनी सत्याची कास धरली, सातत्याने सत्यालाच महत्त्व दिले तर जगात निश्चितच आपली पत वाढेल आणि आपल्याला सर्वत्र मानसन्मान मिळेल. आपल्या उद्योग-व्यवसायांच्या करारमदारांत कमीतकमी वाद होतील आणि उत्पादकतेचे तास वृद्धिंगत होऊन आपला वेळ आणि शक्ती सत्कारणी लागेल. तसेच स्वतःविषयी आणि इतरांविषयीही असलेले निःस्वार्थी प्रेम आपला जीवन प्रवास आनंददायी बनवतो.

आपल्याही जीवनात असे काही क्षण येतात जेव्हा आपण आपल्या अपयशासाठी इतरांना दोष देतो, इतरांच्या चुका काढत राहतो आणि द्वेषही करतो. आपण आपल्या वागण्याचे समर्थनही करतो. मात्र, आपण आपल्यातील ही सर्व जळमटे बाजूला सारून इतरांना निःस्वार्थ प्रेम दिले तर इतरांनाही आपल्याविषयी प्रेमभाव राहील आणि लोकांशी आपले संबंध अधिकाधिक दृढ होतील.

जगातील अनेक देशांसाठी हे शक्य आहे. परस्परांचा द्वेष करण्यासाठी अनेक कारणे पुरेशी आहेत देशांना परंतु तरीही आपण परस्परांविषयी

निःस्वार्थ प्रेमाची भावना जागृत करू शकतो का, याचाही विचार विविध देशांनी करायला हवा.

कोणाचे काय चुकत आहे, यावर आपण बोट ठेवणे सुरूच ठेवावे परंतु संवादाची पार्श्वभूमी द्वेषापेक्षा प्रेमाची असणे महत्त्वाचे. जात-पात, वंश, धर्म, राष्ट्रीयता काहीही असो सर्व जण आनंदाने, प्रेमाने आणि शांततेने राहू शकतात. होय, हे स्वप्नवत असले तरी खरेच घडू शकते असे. या ठिकाणी हे नमूद करणे आवश्यक आहे की, भारताला विकसनशील राष्ट्राच्या दर्जापासून विकसित राष्ट्र म्हणून परावर्तित करायचे असेल तर निःस्वार्थ प्रेम हे त्यासाठी महत्त्वाचे साधन आहे. कारण त्यातून शस्त्रनिर्मितीची स्पर्धा कमी होऊन त्या ठिकाणी लागणारे स्रोत सरकारच्या समाजकल्याण विभागाकडे वळवता येतील आणि त्याचा अंतिम उपयोग वंचित लोकांच्या कल्याणासाठी करता येईल.

उद्दिष्टपूर्ती योजना

१. जो सत्यवादी आहे, प्रामाणिक आहे अशा व्यक्तीला तुम्ही पूरेपूर प्रोत्साहन दिले आहे का? कृपया ३ प्रसंग लिहा.

    i.

    ii.

    iii.

२. तुम्ही सत्यता आणि प्रामाणिकपणाचे क्षण तुमच्या कुटुंबात साजरे केले आहेत का आणि तुमचे जेव्हा नुकसान झाले तेव्हाही तुम्ही ते साजरे केले का? कृपया अशा तीन क्षणांचा उल्लेख करा.

    i.

    ii.

    iii.

३. तुमचे आधी ज्या व्यक्तीशी मतभेद होते त्याच्याशी संपर्क साधून तुम्ही त्याच्याशी संपर्क साधून सर्व काही विसरत पुन्हा नव्याने सुरुवात करायची का, असे विचारले का? तुम्ही असे केले असेल तर नक्कीच स्तुत्य आहे. नसेल तर कृपया अशा तीन लोकांची नावे लिहा ज्यांच्याबाबत तुम्हाला हे असे करायला आवडेल.

    i.

    ii.

    iii.

४. "या जगावर तुमचा अमीट ठसा उमटवायचा असेल तर सत्य आणि प्रेम हे दोन महत्त्वाचे साधन आहेत". कृपया स्पष्ट करा.

भाग ४

विकसित भारत 2027: एकरूपरेषा

विकसित भारत 2027

"आपल्या सर्व नागरिकांना मुक्त आणि निरोगी जीवन जगण्यासाठी जो देश सुरक्षित वातावरणाची निर्मिती करतो तोच खरा विकसित देश."

- कोफी अन्नान, संयुक्त राष्ट्रांचे माजी सरचिटणीस

मुक्तजीवन: मुक्त जगण्याचे स्वातंत्र्य, भीतीपासून मुक्ती, आर्थिक स्थितीत प्रगती साधण्याच्या अमाप संधी, मानसन्मान आणि आपले ध्येय गाठण्यासाठी मुक्त मार्गांची उपलब्धता. (अचूक शिक्षण आणि कौशल्य व सामाजिक मापदंड यात उपयुक्त ठरतात)

निरोगी जीवन: परवडणारी औषधे, गुणवान आणि नीतीमान वैद्यकीय तज्ज्ञ, निरोगी जीवनशैली आणि आहाराच्या सवयी.

सुरक्षित वातावरण: कायदा आणि सुव्यवस्था, न्यायव्यवस्था, संरक्षण

भारत नक्की विकसित देश म्हणून उदयाला येईल, जेव्हा:

१. आपल्याकडची ९९ टक्के जनता किमान शालेय पातळीपर्यंतची तरी शिक्षित असेल: जबाबदारीशिक्षण मंत्रालय

२. आपली बहुतांशी लोकसंख्या कुशल असून सर्वोच्च क्षमतेने ते काम करू शकेल: कौशल्य आणि उद्यमशीलता विकास मंत्रालय.

३. आपल्या बहुतांश लोकसंख्येच्या मूलभूत गरजांची पूर्तता होईल- अन्न, वस्त्र, निवारा, स्वातंत्र्य, सुरक्षितता, आरोग्यसुविधा, मलनिःसारण, पाणी, वीज: संबंधित मंत्रालय

४. साथरोग आणि महासाथीने मृत्युमुखी पावणा-यांची संख्या आपल्या देशात कमी असेल: आरोग्य मंत्रालय

5. अवघ्या दोन दिवसांत नवा व्यवसायाची निर्मिती करून कोणत्याही अडथळ्यांविना तो जोमात चालवता येईल: एमएसएमई मंत्रालय

६. एका दिवसात लोकांना आणि वस्तूंना देशभरात अगदी सहजपणे वाहून नेण्याची क्षमता विकसित होईल: भूपृष्ठ वाहतूक मंत्रालय

७. आजारपण, वृद्धत्व वा अन्य काही कारणांमुळे जर काहींना काम करणे शक्य झाले नाही तर त्यांची काळजी घेणारी परिणामकारी सामाजिक सुरक्षा यंत्रणा आपल्याकडे असेल: सामाजिक सुरक्षा मंत्रालय

८. आणीबाणीच्या प्रसंगी देशाच्या कोणत्याही भागातून कोणी कुठेही अगदी सहजपणे मदत मागू शकेल आणि ती त्याला लगेच उपलब्ध होईल: आपत्कालीन मंत्रालय

९. देशात कुठेही फिरत असताना मनात भीतीचा लवलेशही नसेल. मुक्तपणे फिरता येईल: गृह मंत्रालय

१०. सगळ्यांना विनाविलंब न्याय मिळेल. न्याय देताना कोणताही दुजाभाव केला जाणार नाही. कोणावरही अन्याय केला जाणार नाही: पोलिस खाते आणि न्यायसंस्था

विकसित देश म्हणून उदयाला येण्यासाठी आवश्यक असलेल्या वरील गरजा आपण जर नीट बारकाईने पाहिल्या तर एक गोष्ट सहज लक्षात येईल की, वर उल्लेखलेली प्रत्येक बाब त्या त्या मंत्रालयाने गांभीर्याने घेऊन त्यावर नीट विचार करत धोरण आखले आणि त्या धोरणाची खंबीरपणे अंमलबजावणी केली तर विकसित देश व्हायला आपल्याला जास्त काळ लागणार नाही. या धोरण अंमलबजावणीत मंत्रालयाची भूमिका निश्चित असायला हवी. त्यात सरकारी कर्मचारी, स्वयंसेवी संस्था आणि लोकप्रतिनिधी इत्यादींचा समावेश आहे. एका वाक्यात सांगायचे झाल्यास भारतीयांच्या दृष्टिकोनात आणि सवयींमध्ये बदल झाला तर भारत आपोआप विकसित देश होईल, असे आपण म्हणू शकतो.

आतापर्यंत आपण हे शिकलो आहोत की, जीवनात यशस्वी व्हायचे असेल तर प्रत्येकाने आपल्या मूलभूत ताकद/कुवतीनुसार काम करायला

हवे. आ!णि आपली मूलभूत ताकद आहे तरुणाई आणि प्रचंड प्रमाणात उपलब्ध असलेले मनुष्यबळ!आपल्या देशातील तरुण मेहनती आहेत. त्यांच्याकडे विपुल ज्ञानसंपदा आहे. फक्त त्यांच्याकडे उत्पादकता आणि परिणामाभिमुख सवयींची वानवा आहे. ही उणीव भरून काढण्याचा आपण प्रयत्न करायला हवा. हे पुस्तक त्यासाठी उपयुक्त आहे. आपल्या देशाला विकसित होण्यासाठी नेमक्या कोणत्या सवयी अंगिकारायला हव्या, याचा सविस्तर उहापोह या पुस्तकात करण्यात आला आहे. 2027 पर्यंत "आपण विकसनशील देशात राहतो", असे म्हणणे आपण नाकारायला हवे. आपला देश विकसित झालाच आणि आपण विकसित देशाचे प्रगल्भ नागरिक आहोत, असा विचार आपण करायला हवा. तसेच आपले विकसित देशाचे स्वप्न आणि वस्तुस्थिती यात आड येणा-या गोष्टींची पूर्तता आपण करायला हवी.

2027 मधील विकसित भारताचे चित्र कसे असेल?

१. लोक निरोगी आणि **शारीरिकदृष्ट्या तंदुरूस्त** आहेत. याचाच अर्थ लोक शरीराची काळजी घेत असून नियमित योगसाधना आणि व्यायाम करत आहेत. त्यांना पोषक आहार मिळत आहे. ज्यांना परवडत आहे ते त्यांच्या आरोग्याबाबत आणि आहाराच्या सवयींबाबत जागरूक आहेत. ज्यांना परवडत नाहीय त्यांना निरोगी जीवन जगण्यासाठी सरकार आणि विविध समुदायांकडून आधार मिळत आहे. जे आजारी आहेत त्यांना जागतिक दर्जाच्या वैद्यकीय सुविधा अगदी स्वस्त दरात उपलब्ध होत आहेत. लोकांना सर्वोत्तम वैद्यकीय सुविधा मिळाव्यात यासाठी वैद्यकीय संस्था, रुग्णालये आणि गुणवान वैद्यकीय तज्ज्ञ विपुल प्रमाणात उपलब्ध आहेत.

२. लोक **मानसिकदृष्ट्या कणखर** आहेत. येथील शिक्षण प्रणाली अत्यंत माहितीपूर्णआदर्शवत बनली आहे. ज्ञान-माहिती आणि नवनिर्माणशील (पुस्तकात उल्लेख केल्याप्रमाणे) अशा दोन्हींचा सुंदर मिलाफ शिक्षण व्यवस्थेत झाला आहे. अभ्यासक्रमात योग, क्रीडा, प्रार्थना आणि ध्यानधारणा या विषयांचा समावेश करण्यात आला आहे.

३. लोक **आध्यात्मिकदृष्ट्या तंदुरूस्त** आहेत. आपल्या लक्ष्यप्राप्तीचा सिद्धांत (कर्मानुसार मिळणारे फळ) त्यांना चांगला ठाऊक आहे. आत्म-साक्षात्कार तसेच आत्म-विकासाकडे त्यांचे लक्ष केंद्रित आहे. आपल्या जीवनातील उद्देश पूर्ण करण्याच्या दृष्टीने ते प्रयत्नरत आहेत. स्वतःबरोबरच इतरांचा, देशाचा आणि एकूण मानवजातीचा विकास घडवून आणण्यासाठी ते सर्वोत्कृष्टपणे प्रयत्न करत आहेत. त्याचबरोबर जात, धर्म, लिंग आणि राष्ट्रीयत्व यांवर आधारित भेदभाव न करता प्रत्येकासाठी त्यांच्या हृदयात जागा आहे. मोठ्या मनाचे आहेत ते.

तंदुरूस्ती आपल्याला योग्य मार्गावर नेते. त्यानंतर वेग आणि बहुविध उत्पादकता प्राप्त करण्यासाठी आपल्याला पुढील तीन स्तंभांवर लक्ष केंद्रित करायला हवे.

१. **आपल्या शब्दाचा मान राखणे:** आपण दिलेल्या शब्दाला किंवा वचनाला जागणे आणि सक्षम संदर्भांच निर्मिती करणे, दोन्ही स्वयंस्पष्ट आहेत. यासंदर्भात सूत्र-२ मध्ये सविस्तर माहिती देण्यात आली आहे.

२. **सामूहिक कार्यप्रणाली आणि प्रभावी संवाद:** आपल्या ध्येयाविषयी तसेच जीवनातील उद्दिष्टांविषयी इतरांना स्पष्ट कल्पना देऊन त्यांनाही या कार्यात सहभागी करून घेण्याच्या कामातून अधिकार प्राप्त होत असतात. त्यामुळे बळाचा आणि चलाखीचा वापर न करता आपण आपल्या संभाव्यता अशा खुबीने इतरांसोबत चर्चिल्या पाहिजे की, इतर लोकही त्यात सहभागी होण्यास उत्सुक राहतील आणि आपल्या देशाला महान बनविण्याच्या एकसमान उद्दिष्टाच्या पूर्तीसाठी आपण सामूहिकरित्या काम करायला सुरुवात केली पाहिजे. आपल्या विजयात इतरांनाही सहभागी करून घेणे दीर्घकालीन आणि शाश्वत विकासासाठी फार चांगले असते. अलीकडेच माझा अन्य एका व्यावसायिकाशी वाद झाला. त्याने खोटे बोलायला सुरुवात केल्याने मी व्यथित झालो. माझा त्याच्यावर पूर्ण विश्वास होता परंतु त्याच्या काही कृतींमुळे मला आर्थिक नुकसान सोसावे लागत होते. मला अर्थातच तडजोड स्वीकारायची नव्हती. आमच्यातील संवाद कमी झाला होता. लवकरच मी यातून मार्ग काढला आणि त्याच्याशी चर्चा केली. सध्या आम्ही उभयतांना नुकसान होणार

नाही, अशा तोडग्यावर काम करत आहोत. यातून माझ्या मनावरील ताण हलका झाला आणि मी माझ्या महत्त्वाच्या कामांवर पुन्हा एकदा लक्ष केंद्रित करू शकलो. आमचे संबंधही सुधारायला सुरुवात झाली. अशीच परिस्थिती डोकलाम वादातून भारत आणि चीन यांच्यात उद्भवली होती. अखेरीस मुत्सद्देगिरीतून या तणावावार तोडगा काढण्यात आला आणि चीनलाही आपले तोंड लपवत फिरावे लागले नाही. डोकलाम मुद्द्यावरून चिनी प्रसारमाध्यमांनी भारतावर बरीच आगपाखड केली होती. मात्र, त्याही परिस्थितीत भारताने संयम बाळगल्याने तणावाचे रूपांतर मर्यादित राहिले. आशिया खंडातील मोठ्या अर्थव्यवस्था असललेल्या भारत आणि चीन यांनी एकत्रितरित्या आर्थिक विकास साधाण्यासाठी प्रयत्न करायला हवेत, हे चीनला पटवून देण्यात भारत यशस्वी ठरला.

३. ***व्यवहारकुशल नेतृत्व:*** *लोकांच्या व्यवहारकुशलतेला प्रोत्साहन देण्याची नितांत गरज आहे. त्याच्या बदल्यात आपल्याला अधिक प्रगल्भ व्यवहारकुशल नेतृत्व प्राप्त होऊ शकते. त्यातून सक्षम नेतृत्वाची एक फळीच निर्माण होईल. आपण नेत्यांच्या देशाऐवजी अनुयायांचा देश बनत चाललो आहोत. आपण अशा लोकांचा शोध घ्यायला हवा की, जे पुढाकार घ्यायला बिचकत नाहीत, इतरांमधील सर्वोत्कृष्ट ते सहज काढू शकतात आणि जे समाजाच्या तसेच देशाच्या विकासासाठी सदैव कटिबद्ध असतात. केवळ आप्तस्वकीयांच्या तसेच प्रियजनांच्या हिताचा विचार करणे आपण सोडून द्यायला हवे. समष्टीच्या विचाराला प्राधान्य द्यायला हवे. तसेच संधी मिळेल तिथे आणि संधी मिळेल तेव्हा आपण आपल्याभोवतीच्या होतकरूंना, प्रतिभावानांना प्रोत्साहन द्यायला हवे. समाजात काही नवीन घडावे असे वाटत असेल तर नवउद्यमांनी समाजाने प्रोत्साहन द्यायला हवे प्रसंगी त्यांच्यासाठी निधीची उभारणीही करायला हवी. नवउद्यमी, व्यापारी, व्यावसायिक, उद्योजक, प्रामाणिक राजकीय नेता इत्यादींना सदोदित प्रोत्साहन द्यायला हवे.*

पैशांच्या मदतीव्यतिरिक्त आपण अशा प्रतिभावान व्यक्तींना आपल्या क्षेत्रातील अनुभवाचा फायदा घेऊन योग्य ते मार्गदर्शन करायला हवे. त्यासाठी आपल्याला मानसिक खुलेपणा दर्शवणे महत्त्वाचे आहे.

वरील मार्गदर्शक तत्त्वांनी आपण खरोखर जगातील सर्वात मोठे मूल्य उत्पादक बनू का?

या प्रश्नाचे उत्तर होय असे आहे. 2027 पर्यंत भारत विकसित राष्ट्र होणे नक्कीच शक्य आहे. विकसित देश होण्यासाठी भारताला बाह्यघटकांवर अवलंबून राहण्याची गरज नाही. आपल्याकडे मुळातच अंतर्गत शक्ती एवढी आहे की, आपण त्या बळावरच जगात महाशक्ती म्हणून उदयाला येऊ शकतो. परिवर्तनशील विजयी तत्त्वे आणि परिणामाभिमुख सवयींचा आपण अंगिकार करून त्या दृष्टीने सतत प्रयत्नशील राहणे गरजेचे आहे. भारतापेक्षा इस्रायलच्या दरडोई जमिनीचे तसेच खनिज संपत्तीचेही प्रमाण कमी आहे. भारतापेक्षा आकाराने लहान असलेल्या इस्रायलचा जीडीपी आपल्यापेक्षा २० पट अधिक आहे. याचाच अर्थ आपल्याला जीडीपीमध्ये २० टक्के वाढ करण्याची संधी आहे. अगदी थोडक्या कालावधीत आपण ४० ट्रिलियन डॉलरची आर्थिक क्षमता प्राप्त करू शकतो. मात्र, त्यासाठी अट एकच आपले लोक अधिक उत्पादक व्हायला हवे. ठाम निर्धार त्यांनी करायला हवा. हे सर्व जुळून आले की, शारीरिकदृष्ट्या, मानसिकरित्या, भावनिकिरित्या, आर्थिकदृष्ट्या, सामाजिक आणि आध्यात्मिकदृष्ट्या आपला देश 2027 पर्यंत नक्कीच विकसित होईल.

उद्दिष्टपूर्ती योजना

१. तुमच्या जीवनातील वैयक्तिक, व्यावसायिक, सामाजिक किंवा आध्यात्मिक या विविध क्षेत्रातील तुमच्या प्रगतीकडे पाहा. तुमच्या अपेक्षेपेक्षा ज्या क्षेत्रात तुम्हाला कमी परिणाम प्राप्त झाले असतील तर त्यांची यादी करा. त्या क्षेत्रांत तुम्ही तुमची कामगिरी कशी उंचवाल ते लिहा. किमान २५० शब्दांत लिहा.

____

____

____

____

____

____

____

____

____

____

____

२. कारणांचा शोध घेण्यासाठी खाली दिलेल्या तीन स्तंभांकडे पाहा. त्या स्तंभांच्या मजबुतीसाठी कृपया एक योजना तयार करा आणि त्यानुसार काम करा.

   i. शब्द आणि वचनाचा आदर करा:

योजना:

   ii. सामूहिक कार्य आणि संवाद: लाभाची, फायद्याची, प्रगतीची समसमान संधी असेल तरच लोक तुमच्या प्रस्तावाला रुकार देतात.

योजना:

   iii. व्यवहारकुशल नेतृत्व: तुम्ही जेव्हा इतरांना निमंत्रण देता त्यावेळी लोकांना त्यात त्यांच्या विकासाची संधी दिसायला हवी मगच ते कृती करण्यासाठी उद्युक्त होतील.

योजना:

३. 2027 पर्यंत भारताला विकसित राष्ट्र बनविण्यासाठी तुम्ही कोणत्या ३ महत्त्वाच्या गोष्टी कराल, हे कृपया खाली लिहा.

   i.

   ii.

   iii.

४. जेव्हा प्रत्येक भारतीय विकसित होईल किंवा स्वतःला विकसित करण्याइतपत क्षमता प्राप्त करेल तेव्हाच भारत विकसित देश बनेल. पुढे उल्लेखलेल्या अडचणींवर मात करण्यासाठी तुम्ही काय कराल, हे लिहा.

    i.   आर्थिक मुद्दे

    ii.   अडचणी व्यावसायिक प्रगती

    iii.   नातेसंबंधांमधील मुद्दे

    iv.   राष्ट्र निर्माणातील मुद्दे

तुम्ही कितपत प्रगत
झालात, याचा शोध घ्या

तुमच्या जीवनात अमूलाग्र बदल झालेल्या गोष्टी आणि यशस्वी जीवनासंदर्भात तुम्ही स्वतःला कोणता दर्जा (१ ते १० गुणांदरम्यान) द्याल, हे नमूद करा (कृपया याबाबतची माहिती www.hrscore.in येथे भरा)

अनुक्रमांक   गुण आणि परिणामकेंद्री सवयी

A.   रूपांतरण

१.   तुम्ही आव्हानांमध्येही संधी शोधता का?

२.   तुमच्या उपस्थितीत इतरांसाठी संधी निर्माण होतात का?

३.   तुम्ही तुमच्या शब्दाचे आणि आश्वासनांचे पालन करता का?

४.   तुम्ही कोणत्याही प्रसंगाचा संदर्भ आणि अर्थ यांना वजन प्राप्त करून देता का?

५.   तुम्ही इतरांना तुमच्या कार्यात सहभागी करून त्यांना प्रेरित करता का?

६.   तुम्ही बहुतांश वेळ नेत्यांच्या गराड्यात राहता का?

B.   बयश

७.   तुमच्या गरजा पूर्ण झाल्याने तुम्ही संतुष्ट आहात का की, तुमच्या काही इच्छा-आकांक्षा अपूर्ण राहिल्याने तुम्ही चिंतीत आहात का?

८.   तुम्ही तुमच्यासमोर काही निश्चित ध्येय ठरवले आहे का आणि त्या दृष्टीने वाटचाल करत असताना तुम्ही तुमची प्रगती नित्यनेमाने तपासत आहात का?

९. तुमचा शब्द पाळण्यासाठी तसेच तुमच्या ध्येय प्राप्तीसाठी तुम्ही १०० टक्के योगदान देता का?

C. कफलदायक अभ्यास

१०. तुम्ही इतरांचे नीट ऐकून घेता का की, इतरांविषयी पूर्वग्रह बाळगता?

११. तुम्ही लोकांचा त्यांच्या गुणदोषांसह स्वीकार करता का?

१२. इतरांची सेवा करणे आणि इतरांना दान देणे हे तुमच्यासाठी नैसर्गिक आहे का?

१३. तुमच्या जीवनात आलेल्या लोकांप्रति आदर दर्शवत त्यांनी तुम्हाला दिलेल्या सततच्या पाठिंब्याबद्दल लोकांचे तुम्ही आभार मानता का?

१४. तुम्ही एकाग्रतेने, जबाबदारीने आणि उदात्त अंतःकरणाने इतरांशी संवाद साधता का?

१५. तक्रारींचा निपटारा तुम्ही लगेचच करता का?

१६. तुम्ही विश्वासार्ह व्यक्ती आहात का?

१७. तुम्ही सदैव सकारात्मक असता का?

१८. तुमच्या ध्येयाची प्राप्ती करण्यासाठी तुम्ही किती एकाग्र आहात?

१९. तुम्ही तुमची इच्छा शक्ती तुमच्या अंगभूत क्षमता आणि जीवनाचे उद्दिष्ट यांच्याशी संलग्न केली आहे का?

२०. तुमचे व्यक्तिमत्व चुंबकीय आहे का आणि लोक तुमच्याकडे आकर्षित होता का?

२१. तुम्ही निर्भीड होऊन काम करता का? तुम्ही साहसी असून अविरत काम करता का?

२२. तुम्ही नेहमी तर्काच्या पलीकडचा आग्रह करता का?

२३. तुम्ही कायम मोठा विचार करता का आणि धाडसी घोषणा करता का?

२४. प्रलंबित कामे तातडीने पूर्ण करण्याची सवय तुम्ही अंगी बाणवली आहे का?

२५. आव्हानांचा मुकाबला करताना तुम्ही काही नवीन शक्कल लढवता का?

२६. तुम्ही नियमितपणे व्यायाम (१ तासापर्यंत चालण्यासह) करता का?

२७. तुम्ही नियमितपणे प्रार्थना आणि ध्यानधारणा (दिवसातून दोनदा ३० मिनिटे) करता का?

२८. तुम्ही आणि तुमच्याभोवतालचे लोक कितपत सत्यवादी आहात?

२९. तुम्हाला सर्वांप्रति निःस्वार्थ प्रेम आहे का?

३०. 'मिशन विकसित भारत'मध्ये तुम्ही देणार असलेल्या ३ योगदानांविषयी तुम्ही काही लिहून ठेवले आहे का? त्यावर तुम्ही काम सुरू केले आहे का?

१ ते १० दरम्यान गुण देऊन रेटिंग करण्यात आले आहे. १० गुण सर्वोत्तम आहेत.

विकसित मानसिकता अभियानाच्या ७ प्रतिज्ञा

१. मी स्वतः किंवा इतरांविषयी मनात कोणतीही कटुता किंवा द्वेषभावना ठेवणार नाही.

२. मी कोणाचीही त्याच्या पश्चात निंदा करणार नाही आणि खोटे बोलणार नाही.

३. मी कायम महिलांचा सन्मान राखेल आणि माझ्या देशबांधवांप्रति संवेदनशील राहील.

४. मी दिवसातील किमान ८ तास काम करेल आणि कायम माझ्या शब्दाचा आदर राखेन.

५. मी कायम माझ्याप्रति तसेच इतरांप्रति आभारी आणि कृतज्ञ राहीन.

६. मी नियमितपणे व्यायाम, प्रार्थना आणि ध्यानधारणा करत जाईल.

७. माझे ध्येय गाठण्यासाठी मी एकाग्रता, इच्छा शक्ती आणि चुंबकीय शक्ती यांचा अवलंब करेन.

प्रश्न विचारण्यासाठी निःसंकोचपणे आमच्याशी संपर्क साधा. आमचा पत्ता www.hrscore.in

विकसित भारताचे १२ आधारस्तंभ

१. प्रसारमाध्यमे: 'विकसित भारत' या विषयावर दिवसातून किमान १ तास तरी चर्चासत्र ठेवावे. या चर्चासत्रांतून पुढे आलेल्या मुद्द्यांचे विश्लेषण करून ते केंद्र आणि राज्य सरकारांकडे पाठवावे.

२. कार्यकर्ता: 'विकसित भारत' हे मिशन शक्य आहे, अशी जनजागृती करावी.

३. सरकारी अधिकारी/ कर्मचारी: कार्यालयीन कामकाज करतेवेळी आपला प्रत्येक क्षण 'विकसित भारता'साठी सत्कारणी लागत आहे, अशी मानसिकता ठेवून काम करावे.

४. शिक्षक: या पुस्तकात देण्यात आलेल्या सर्व गोष्टींचा अंगिकार करून विद्यार्थ्यांना यातील सूत्रांचे पालन करण्यास शिकवावे.

५. परिवर्तन आणि यश यावर आधारलेले हे पुस्तक आहे.

६. विधिमंडळ: 'विकसित भारत' मिशनला अनुरूप असलेल्या कायद्यांची निर्मिती करावी.

७. न्यायसंस्था: 'विकसित भारत' मिशनला बळकटी मिळेल अशा पद्धतीने कामकाज करून हे मिशन पूर्ण करण्यासाठी सरकारला जबाबदार धरले जाईल, असे आदेश पारित करावे.

८. शहरवासीय: प्रत्येक सोसायटीत वा गृहसंकुलात एक अशी समिती स्थापन करावी जी महिन्यातून किमान एकदा तरी 'विकसित भारत' या मुद्द्यावर बैठक घेऊन चर्चा करेल आणि चर्चेतून पुढे आलेले विचार, शिफारसी सरकारपर्यंत पोहोचवून त्यांच्या अंमलबजावणीसाठी पाठपुरावा करेल.

९.   ग्रामस्थ: प्रत्येक ग्रामपंचायतीत एक समिती स्थापन करून त्यांनीही 'विकसित भारत' विषयावर दरमहा एक बैठक घेऊन चर्चा करावी. त्यातील शिफारसी वरिष्ठांपर्यंत पोहोचवून अंमलबजावणीसाठी पाठपुरावा करावा.

१०. सरकारी मंत्री/विभाग: 'विकसित भारता'चे उद्दिष्ट पूर्ण करण्यासाठी दरवर्षी किमान १२ मोठे प्रकल्प पूर्ण करावेत.

११. आमदार/खासदार: नागरिकांनी पाठवलेल्या शिफारसी लक्ष देऊन ऐकाव्यात आणि त्यावर कायद्याच्या, घटनेच्या चौकटीत अंमलबजावणी करावी किंवा गरज असेल तर लगेच कायदे बनवावेत.

१२. उद्योजक: मोठे उद्दिष्ट ठेवत ते रोजगार, उलाढाल तसेच फायदा यांच्या दृष्टिकोनातून पूर्ण करावे.

कार्यशाळा

- ➢ ट्रान्सफॉर्मेशनल लीडरशिप
- ➢ ट्रान्सफॉर्मेशनल एनरोलिंग
- ➢ ट्रान्सफॉर्मेशनल टीचिंग

कन्सल्टन्सी

- ➢ ट्रान्सफॉर्मेशनल एन्टरप्राइज
  स्टार्ट अप
- ➢ ट्रान्सफॉर्मेशनल मेन्टॉरिंग

संपर्क: www.fountainheadforum.com

Chapterwise video: www.hrscore.in/academic.aspx

Self appraisal: www.hrscore.in/hrscore.aspx

ई-मेल पत्ता: fountainhead.training@gmail.com

मोबाइल: ९८२१४५९६५५.